സ്വപ്നഗീതകം

കവിതാസമാഹാരം

മായ അനൂപ്

സമർപ്പണം
****

അസ്തമന സൂര്യനോടൊപ്പം, കാലത്തിന്റെ
യവനികയ്ക്കുമപ്പുറത്തേയ്ക്ക്, എന്നെ വിട്ട്
എന്നെന്നേക്കുമായി പറന്നകന്നു പോയ പ്രിയപ്പെട്ട
നിനക്ക് വേണ്ടി...

SWAPNAGEETHAKAM

Catagory	: Collection of Poems
Language	: Malayalam
Author	: Maya Anoop
Address	: Madathikkunnel House,
	Mundakayam east P O,
	Idukki district,
	Pin : 686513
	Mob : 80863 88211

First published in	: December 2022
Publisher	: RP Books Kochi
Address	: Vipin 's Arcade
	Palluruthy P.O
	Kochi
	Eranakulam
	Pin : 682006
	Mob : 7907383303
Coverpage Design	: Robert Antony
Editing	: Robin palluruthy & Maya Anoop
ISBN.No	: 0000000 420487
Price	: 110/-

ഉള്ളടക്കം

ആമുഖം   vii

കടപ്പാട്   ix

അവതാരിക   xi

1. പോയ് മറഞ്ഞ പൂന്തെന്നൽ   1

2. സ്നേഹഗീതം   3

3. പൂവാക   5

4. കാലം തെറ്റി വിടർന്ന കണിക്കൊന്നപ്പൂക്കൾ   7

5. അംഗന   9

6. പ്രിയരഹസ്യം   11

7. യവനിക   13

8. പ്രണയകല്ലോലിനി   14

9. ഹൃദയവിപഞ്ചിക   15

10. ഭാരതഭൂമി   16

11. കുടമുല്ലപ്പൂവിന്റെ ജന്മം   17

12. കണ്ണീർത്തുള്ളി   19

13. ഒരു ജന്മം കൂടി   21

14. പ്രണയം   23

15. ജീവിത പാഠം   25

16. ചെത്തിപ്പൂ   26

17. എന്തിനായി   28

18. വർണ്ണാക്ഷരങ്ങൾ   30

19. വെൺചന്ദ്രലേഖ   31

ഉള്ളടക്കം

20. ആര് നീ 32

21. പാരിജാതം 33

22. പ്രണയ പൗർണ്ണമി 35

23. അമ്മയാം ഭൂമി 37

24. സ്വപ്നത്തിൻ തൈച്ചെടി 38

25. പൊൻകണി 39

26. ഉഷ 40

27. നഷ്ടസ്വപ്നങ്ങൾ 42

28. പഥികർ 44

29. കാലചക്രം 45

30. ഓർമ്മകൾ 47

31. പാർവണചന്ദ്രിക 48

32. നമ്മൾ 49

33. പ്രഭാതം 51

34. ഒരിക്കൽ കൂടി 52

35. മായാത്ത സൂര്യൻ 53

36. സുന്ദരി 55

37. മുകിലിനോടായ് 57

38. "അമ്മ" എന്ന പുണ്യം 58

39. താലി 59

40. നദിയുടെ ജന്മം 60

ആമുഖം

ഇടുക്കി ജില്ലയിലെ മുളംകുന്ന് എന്ന പ്രകൃതി രമണീയമായ കൊച്ചു ഗ്രാമത്തിൽ, 1974 ഏപ്രിൽ 4 ന്, യശ:ശരീരനായ പ്രഭാകരൻ ശാന്തമ്മ ദമ്പതികളുടെ മകളായി ജനിച്ചു.
പ്രാഥമിക വിദ്യാഭ്യാസത്തിന് ശേഷം, കോമേഴ്സിൽ ബിരുദവും ബിരുദാനന്തര ബിരുദവും നേടി.

മായ അനൂപ്

വർഷങ്ങളോളം വിവിധ പ്രൈവറ്റ് കോളേജുകളിൽ കോമേഴ്സ് അധ്യാപികയായയും പിന്നെ വിവിധ ഗവൺമെന്റ് സ്ഥാപനങ്ങളിൽ താൽക്കാലിക ജീവനക്കാരിയായും സേവനമനുഷ്ടിച്ചിട്ടുണ്ട്. ചെറുപ്പത്തിൽത്തന്നെ സ്കൂൾ യുവജനോത്സവ വേദികളിൽ, നൃത്യാദി കലകളിൽ പ്രാവീണ്യം തെളിയിച്ചിരുന്നതിനോടൊപ്പം തന്നെ വായന ശീലമാക്കിയിരുന്നതിനാൽ ഗാനങ്ങളോടും മറ്റു സാഹിത്യ രചനകളോടും അന്ന് മുതൽ തന്നെ ഒരു പ്രത്യേക താല്പര്യമുണ്ടായിരുന്നു. സ്കൂൾ തലം മുതൽ തന്നെ എഴുതിത്തുടങ്ങിയിരുന്നുവെങ്കിലും സ്മാർട്ട് ഫോണുകളുടെയും ഓൺലൈൻ സാമൂഹ്യ മാധ്യമങ്ങളുടെയും ആവിർഭാവത്തോടെയാണ് ചെറുപ്പം മുതൽ തന്നെ കൂടെച്ചേർന്നിരുന്ന വായനയേയും എഴുത്തിനേയും വീണ്ടും സജീവമാക്കാൻ കഴിഞ്ഞത്. പരസ്പരം വായനക്കൂട്ടം ഇറക്കിയ "കനൽ പൂക്കൾ" എന്ന കവിതാസമാഹാരത്തിലും, സാഹിതി സംഗമവേദിയുടെ "സുവനീർ" എന്ന കവിതാസമാഹാരത്തിലും,

"കേരള ബുക്സ് ഓഫ് റിക്കാർഡ്സ്" അംഗീകാരം നേടിയ, മഞ്ജരി ബുക്സിന്റെ "മാജിക് വേർഡ്സ്"ലും കവിതകൾ പ്രസിദ്ധീകരിച്ചിട്ടുണ്ട്. വിവിധ സാഹിത്യ ഗ്രൂപ്പുകളിൽ സജീവ സാന്നിധ്യമായി കഥകൾ, കവിത കൾ, ലേഖനങ്ങൾ, ലളിതഗാനങ്ങൾ, ആസ്വാദനക്കു റിപ്പ് മുതലായ സാഹിത്യ രചനകൾ അനുദിനം എഴു തുന്നതിനോടൊപ്പം തന്നെ, കഥാജാലകം, മലയാളി മനസ്സ്, ഐ വായന, ഭൂമിക, തുടങ്ങിയ പ്രമുഖ ഓൺ ലൈൻ മാഗസിനുകളിലും എഴുതുന്നു. വിവിധ സാഹി ത്യ സൗഹൃദ കൂട്ടായ്മകൾ നടത്തിയ കവിതാരചനാ മത്സരങ്ങളിൽ നിരവധി സമ്മാനങ്ങൾ നേടിയിട്ടുണ്ട്. നിലവിൽ പുരോഗമന കലാ സാഹിത്യ സംഘം കോട്ട യം ജില്ലയുടെ കീഴിലുള്ള കാഞ്ഞിരപ്പള്ളി ഏരിയ പ്ര സിഡൻ്റായി പ്രവർത്തിക്കുന്നു.

ഭർത്താവ് : അനൂപ്
മക്കൾ : ശ്രീജിത്ത്, സംഗീർത്ത്
അമ്മ : ശാന്തമ്മ

കടപ്പാട്

എന്റെ ജീവിതത്തിൽ എനിക്ക് വെളിച്ചം പകർന്നു
തന്നു കൊണ്ടിരിക്കുന്ന ഈശ്വരനോടും മാതാ
പിതാക്കളോടും ഗുരുജനങ്ങളോടും പിന്നെ എന്റെ
കുടുംബത്തിലെ എല്ലാ അംഗങ്ങളോടും..

പിന്നെ സ്നേഹം പകർന്നു തന്ന തലോടലിലൂടെയും,
വേദന പകർന്നു തന്ന മുറിവുകളിലൂടെയും, വിരഹം
പകർന്നു തന്ന മൗനങ്ങളിലൂടെയും, അവഗണനകൾ
പകർന്നു തന്ന ഊർജ്ജത്തിലൂടെയും എനിക്ക്
പ്രചോദനമായി മാറിയ എന്റെ എല്ലാ
പ്രിയപ്പെട്ടവരോടും.
പിന്നെ, എന്റെ എഴുത്തു വഴികളിൽ എനിക്ക്
സ്നേഹവും പ്രോത്സാഹനവും തന്ന് കൂടെ
നിന്ന, ചേർത്ത് പിടിച്ച, എന്നെ ഇന്നത്തെ
ഞാനാക്കി മാറ്റിയ, സ്നേഹമുള്ള എന്റെ എല്ലാ
സൗഹൃദങ്ങളോടും..

മായ അനൂപ്

അവതാരിക

മനസിൽ പതിഞ്ഞ
"സ്വപ്നഗീതകം"

ഹരികുമാർ കെ.പി

ഗൃഹാതുരത്വത്തിൽ നിന്നും കാവ്യ നഭസ്സിലേക്കുള്ള യാത്ര. ജീവിതത്തിൽ നിന്നും പ്രകൃതിയിൽ നിന്നും അ ക്ഷരങ്ങൾ കടം കൊണ്ട് കവിതയുടെ സുവർണ്ണസൗ ധം പണിത ഒരെഴുത്തുകാരിയാണ് മായ അനൂപ്. കാ ല്പനികത നിറഞ്ഞു നിൽക്കുന്ന മനോഹരമായ ഒരു എഴുത്തിന്റെ ഉടമ. പ്രകൃതിയും ജീവിതവും വർണ്ണശ ബളമാണെന്ന് വരച്ചുകാട്ടിയ കാലത്തിന്റെ അടയാളം

തന്റെ മനസ്സിൽ നിന്നുതിർന്ന മനോഹരലിപികളാൽ കവിതയുടെ വർണ്ണപ്രപഞ്ചം സൃഷ്ടിച്ച "സ്വപ്നഗീത കം" എന്ന കവിതാ സമാഹാരത്തിലൂടെ, പ്രണയവിര ഹസുഖദുഃഖ സമ്മിശ്രങ്ങളും ബന്ധ ബന്ധനങ്ങളുടെ അതിരുകളും ആകുലതകളും ഇതിവൃത്തമാക്കിയിട്ടു ണ്ട്

തന്റെ ഓരോ മലരുകളിലും അനുവാചകരെ ആസ്വദി പ്പിക്കുന്നതിനും ചിന്തിപ്പിക്കുന്നതിനും അതീവശ്രദ്ധ കേന്ദ്രീകരിച്ചു എന്ന് പറയാതിരിക്കാനാവില്ല. നവസാ ഹിത്യത്തിന്റെ നാന്ദിയായ എഴുത്തുകാരിയായി വീ ണ്ടും വീണ്ടും എഴുത്തിലൂടെ വായനക്കാരുടെ ആശാ കേന്ദ്രമായി വളർന്ന് വരികയാണ് നവമാധ്യമത്താളു കളിലൂടെ.

40 കവിതകളടങ്ങിയ "സ്വപ്നഗീതകം" നല്ല മനസ്സി
ന്റെ സാക്ഷ്യപ്പെടുത്തലുകളാണ്. നവകേരള നാഡീസ്
പന്ദനമായ ഈ എഴുത്തുകാരി തന്റെ "പോയ്മറഞ്ഞ
പൂന്തന്നൽ "എന്ന കവിതയിൽ ഓർമ്മയിലെ
വസന്തകാലത്തെ ചിത്രീകരിക്കുന്നു.

"വഴി തെറ്റി വന്ന പൂന്തന്നൽ എന്നെ
തനിച്ചാക്കി എങ്ങോ മറഞ്ഞു പോയി"

വിരഹത്തിന്റെ വീർപ്പുമുട്ടലിൽ പ്രതീക്ഷയുമായി കാ
ത്തിരിക്കുന്നു. "സ്നേഹഗീത" ത്തിൽ സ്വപ്നമരീചിക
നൃത്തം വയ്ക്കുന്ന ദുഃഖം അറിയാത്ത ദു:സ്വപ്നകാല
മെഴുതി. പൂവാകയിൽ വാർമുടിക്കെട്ടിൽ വിരിഞ്ഞൊ
രു സ്നേഹത്തിൻ ഗന്ധി കവിതയായി, കവയിത്രിയു
ടെ ആഴത്തിലുള്ള സംശയങ്ങൾ അർത്ഥങ്ങൾ നൽ
കി അഴകുറ്റതാക്കിയിരിക്കുന്നു. "അംഗന" യെന്ന ക
വിതയിൽ സ്ത്രീതൻ ഭാവങ്ങളെ വ്യത്യസ്ത തലങ്ങളി
ൽ ചിത്രീകരിച്ചിരിക്കുന്നു. വർണ്ണ മനോഹരമായി സ്
ത്രീപർവ്വം വരച്ചു. വേർപാട് കഷ്ടത്തിലാക്കിയ വ്യഥ
യുടെ വർണ്ണനയാണ് "യവനിക".

"കവിതയായ് എഴുതിയാൽ ഒരുനാളും തീരാതെ ഒഴു
കുന്ന പ്രണയ കല്ലോലിനി"

എത്ര സുന്ദരമായ ഭാവന, ആസ്വാദ്യവും. രാഗഭാവന
താളങ്ങൾ ഉൾക്കൊണ്ട പ്രണയാഗ്നി തന്നെ ഈ ലാ
സ്യഭാവം, അതാണ് "ഹൃദയവിപഞ്ചിക". "ഭാരതഭൂമി"
യിൽ രാജ്യസ്നേഹം മനോഹരമായി വർണ്ണിച്ചു.

"ഇതുതന്നെ വേദവും വേദാർത്ഥസാരവും
പിറവിയെടുത്തൊരു പുണ്യഭൂമി"

വിവരിക്കാൻ മറുവരിയില്ലാത്ത വൈഭവം.കണ്ണീർത്തു
ള്ളികൾ കവിതയായപ്പോൾ അതിൽ അലിഞ്ഞുപോ
യി കണ്ണീരിന് അക്ഷയപാത്രം ഈ കണ്ണുകൾ, മനോ
ഹരം, ചിന്തനീയം. ദിനങ്ങളും മോഹങ്ങളും കൊഴി
ഞ്ഞുവീഴുമ്പോഴും "ഒരു ജന്മം കൂടി" ലഭിക്കാൻ കേഴു
ന്നു. മറയാത്ത ജീവിതപാങ്ങൾ മഴവില്ലായി മനോഹ
രമായി ചാർത്തിയിരിക്കുന്നു. അതിലും ഒരു സമാനത
പ്രണയ രാഗമായി പ്രതിധ്വനിക്കുന്നു. അതായിരുന്നു
ജീവിതപാഠം. "എന്തിനായി" എന്നതിൽ ഒരു കൂട്ടം
ചോദ്യങ്ങൾ ഉത്തരത്തിനായി ഉഴലുന്നത് കാണാം.
ഇരുട്ടിൽ വെളിച്ചമായി, മനസ്സിൽ നന്മയായി, പ്രണയ
മായി, വിടരുന്ന "വെൺചന്ദ്രലേഖ" മനസ്സിനെ ത്രസി
പ്പിക്കുന്നു. അതിശയത്തിന്റെ ആവിർഭാവത്താൽ
സംശയങ്ങൾ ചോദ്യങ്ങൾ ആയി ജനിച്ചു "ആര് നീ"
യിൽ. സ്വപ്നസുന്ദരിയായ "പാരിജാതം" മനസ്സിൽ
ഓളങ്ങൾ ജനിപ്പിക്കുന്നു. മോഹങ്ങളും സുന്ദരം. പ്ര
ണയാക്ഷരങ്ങൾക്ക് അർത്ഥവ്യാപ്തി, അനന്യ മനോ
ഹരമായ ഭാവരചന. "അമ്മയായ ഭൂമി" യെ ആഴത്തി
ലറിഞ്ഞെഴുതി പ്രകൃതിസ്നേഹം വിവരിച്ചു.

"മറക്കാം നമുക്കിനി എല്ലാം മറക്കാം
 മറവിയുടെ മാറിലായ് തല ചായ്ച്ചുറങ്ങാം "

സ്വയം മനസ്സിനെ സാന്ത്വനിപ്പിക്കുന്നു. അതാവണം ..
മനുഷ്യൻ. പുലരിയെ അതിമനോഹരമായി വർണ്ണിച്ചി
രിക്കുന്ന ഹൃദ്യ കവിതകൾ, അതിലുപരി ആശയങ്ങ
ൾ അനന്തമായിരിക്കുന്നു. മോഹിനിയുടെ കഥ പറയു
ന്ന "ഉഷ", പഥികർ, കാലചക്രം, നമ്മൾ, ഒരിക്കൽക്കൂ
ടി, മുകലിനോടുള്ള മന്ത്രം മന്ത്രണം, ഓരോ ജന്മത്തി
ന്റെയും ആത്മാവായ, സ്നേഹമായ "അമ്മ", ആ
അമ്മയ്ക്ക് അക്ഷരപൂജയാൽ ആദരവേകിക്കൊണ്ട്
സ്തുതിച്ചിരിക്കുന്നു.

ബന്ധങ്ങൾക്ക് ബലമേകുന്ന പവിത്രതയാർന്ന താലി. ചുരുക്കത്തിൽ, പ്രകൃതിയും മനുഷ്യരും സൗഹൃദത്തി ലാകണമെന്ന് പറയാതെ പറയുന്ന, അർത്ഥനിബിഢ മായ അന്തരാർത്ഥങ്ങൾ ഉൾക്കൊണ്ട, ശാലീന സുന്ദ രങ്ങളായ കവിതകൾ. എന്നും ഓർക്കുവാനും മനസ്സി ൽ സൂക്ഷിക്കുവാനും ആഗ്രഹിക്കുന്ന നല്ലെഴുത്ത്, നന്മ അതാണ് മായാ അനൂപ്.

വായനക്കാരുടെ മനസ്സ് കവർന്ന് ഉയരങ്ങളിലെത്താ ൻ കഴിയട്ടെ എന്ന പ്രാർത്ഥനയോടെ സർവ്വാനുഗ്രഹാ ശംസകൾ നേരുന്നു. ഈ സമാഹാരം എല്ലാവർക്കും, ഒരു മാതൃകയും പ്രചോദനവുമായി മാറട്ടെയെന്ന് ആ ത്മാർത്ഥമായി ആഗ്രഹിച്ചുകൊണ്ട്,

ഹരികുമാർ കെ.പി,
കവി / ഗാന രചയിതാവ്,
വനാലിക, ചീലപ്പാറ,
പേയാട് പി.ഒ,
തിരുവനന്തപുരം 695573
ഫോൺ : 9387757070

1. പോയ് മറഞ്ഞ പൂന്തെന്നൽ

ഓർക്കാതിരുന്നൊരാ നാളിലെൻ ജീവനെ
പുല്കുവാനെത്തിയ പൂന്തെന്നലന്നെന്നിൽ
ചൊരിഞ്ഞൊരാ പരിമളത്തേൻമഴ
നനയാൻ കൊതിച്ചു ഞാൻ നിന്നീടവേ,
ഉയിരെടുത്താത്മാവിൻ വനികയിലായിരം
കനവിന്റെ താമര മലർമൊട്ടുകൾ
അസുലഭ സൗന്ദര്യം ദിനങ്ങൾക്ക്
നൽകിയോരനുപമ ലാവണ്യ പൂമൊട്ടുകൾ
അന്നറിഞ്ഞീലൊരു വേനലിൻ താപവും
വർഷത്തിൻ ഘോരമാം പേമാരിയും
വിടർന്നൊരാ പൂക്കളോ കൊഴിഞ്ഞൊരാ
ഇലകളോ
തരുവോ തളിരോ ഞാൻ കണ്ടതില്ല
ആ മധുരോന്മാദ നിർവ്യതിയിൽ
ഞാനെൻ രാപകലറിയാതലിഞ്ഞ നേരം
പരിരംഭണങ്ങളാൽ എന്നേ പൊതിഞ്ഞൊരാ
തെന്നൽ അന്നെങ്ങോ മറഞ്ഞു പോയി
വഴി തെറ്റി വന്നൊരാ പൂന്തെന്നൽ എന്നെ
തനിച്ചാക്കിയെങ്ങോ മറഞ്ഞു പോകെ
പുഞ്ചിരിപ്പൂക്കൾ കൊഴിഞ്ഞു ഞാൻ
അന്നൊരു മൂക വിഷാദത്തിലാണ്ടു പോയി
മാനസവീണ തൻ നാദം നിലച്ചു പോയ്

മീട്ടിയ വിരലുകൾ നിശ്ചലമായ്
സ്വരരാഗസംഗീതധാരയുതിർത്തൊരാ
വിപഞ്ചികയും അന്ന് നിശ്ശബ്ദമായ്
അന്നെന്നെ അന്ധകാരത്തിലേക്കാഴ്ത്തിയ
വാർത്തിങ്കൾ വീണ്ടും ഉദിച്ചീടുമോ
മനസ്സിനെ മരുഭൂമിയാക്കി മറഞ്ഞൊരാ
വാസന്തം വീണ്ടും തളിർത്തീടുമോ

2. സ്നേഹഗീതം

എന്നിനി കാണും നാം ഇനിയുമെന്നോർത്തിട്ടെൻ
മിഴികളിൽ അശ്രു തുളുമ്പീടവേ
ഒരുകുളിർ തെന്നലായ് നീ
അരികത്തണഞ്ഞെന്നെ
സാന്ത്വനിപ്പിക്കുന്ന പോലെ തോന്നും
ഏകാന്തത എന്നെ ചൂഴുന്ന വേളയിൽ
ഞാനോടി നിന്റെ അരികിലെത്തി
ആ സ്നേഹധാരയാം ശീതളഛരായയിൽ
ഞാനെന്നേ തന്നെ മറന്നു നിൽക്കും
നിന്നെയെൻ കവിതയായ് എഴുതുവാനായി
ഞാൻ രാവിൽ ഉറങ്ങാതിരുന്നീടവേ
നീയെന്റെ ജാലകത്തിരശീലയ്ക്കിടയിലൂടൊരു
പൗർണ്ണമിയായി കൂട്ടിരിക്കും
നീലാകാശത്തിലെ നീരദ പാളികൾ
എങ്ങോ പോയ് ദൂരെ മറയും നേരം
എന്റെടുത്തുന്നു നീ പരിഭവിച്ചെവിടെയോ
പോയ് മറയുന്നത് പോലെ തോന്നും
ചിന്തകൾ തന്നുടെ അഗ്നിയിൽ എന്മനം
വെന്തുരുകീടുന്ന നേരത്ത് നീ
അരികിലായ് വന്നെന്റെ നെറ്റിയിൽ
ഒരു നുള്ളു കുങ്കുമ തിലകമൊന്നണിയിച്ചീടും
ഓർമ്മകൾ വന്നെന്നിൽ കൂട് കൂട്ടീടുമ്പോൾ
അറിയാതെന്മനമൊന്ന് തേങ്ങിടുമ്പോൾ

കണ്ണൊന്നടച്ചാൽ നീ കനവിൽ വന്നെൻ
മണിച്ചുണ്ടത്തു ചുംബനപ്പൂ വിടർത്തും
അങ്ങനെ അങ്ങനെ ഓരോ നിമിഷവും
നീയെന്റെ അരികത്തണഞ്ഞിടുമ്പോൾ
എരിവെയിലും പിന്നെ വർഷവും
എന്നിലെ ദുഃഖവും ഞാനറിയുന്നതില്ല

3. പൂവാക

മേയ് മാസ വേനലിൽ പൂത്തു വിടർന്നൊരാ
ചേലെഴും ഗുൽമോഹർ പുഷ്പങ്ങളെ
കത്തിയെരിയുന്ന വെയിലിലും വാടാതെ
തീയിൽ കുരുത്ത പോൽ നിൽപ്പൂ നീയും
ആരോടായുള്ള പ്രതിഷേധ സൂചക
മായിട്ടാണീ കൊടും വേനലിൽ നീ
വാടാതെ തളരാതെ പൂത്തങ്ങു നിൽപ്പൂ
കത്തുന്ന ചെന്തീക്കനല് പോലെ
വിപ്ലവത്തിന്റെ നിറം പകർന്നോ നീ
പ്രണയത്തിൻ തീവ്രതയാർന്നതാണോ
കവിളുകൾ ഇത്രയും ചോന്നു തുടുക്കുവാൻ
മാരനവൻ മുത്തി ചോപ്പിച്ചതോ
കാട്ടിലെ തീയാകും പൂവാകപ്പെണ്ണോ നീ
മുറുക്കിച്ചുവപ്പിച്ചോ നിൻ ചുണ്ടുകൾ
പ്രണയത്തിൻ ആഴവും താപവുമാണോ നിൻ
കവിളിതിൽ ചെമ്പൊന്നിൻ നിറം കലർത്തി
അപ്സര കന്യകൾ ചാർത്തുന്ന സിന്ദൂര-
ച്ചെപ്പിൽ നിന്നെങ്ങാനും വീണതാണോ
യൗവ്വനശ്രീയാൽ ചുവന്നു തുടുത്തതോ
സന്ധ്യ തൻ കുങ്കുമം തന്നതാണോ
പ്രണയത്തിൻ പൂവെന്ന പേര് വന്നീടാൻ നിൻ
പ്രണയ കഥയൊന്നു ചൊല്ലുമോ നീ
ആ പ്രിയകഥയിലെ നായിക നീയൊരു

വിരഹിണിയായൊരു കാമിനിയോ
നിൻ പ്രിയ മാനസം കവർന്നെടുത്തൊരാ
ചോരനതാരാണ് ചൊല്ലുമോ നീ
താമര സ്നേഹിച്ച സൂര്യനുമല്ലത്
ആമ്പലിൻ പൗർണമി തിങ്കളല്ല
പിന്നെയീ ആഴത്തിൽ നീ പ്രണയിച്ചൊരാ
കാമുകനാരാണ് ഗന്ധർവ്വനോ
അഞ്ചിതൾ പൂക്കൾ കൊണ്ടമ്പുകളെയ്തൊരാ
സുന്ദരനാം കാമദേവനാണോ
കാമിനീ നിന്നുടെ ചോപ്പ് നിറത്തിലോ
നിർമ്മല പ്രണയത്തിൻ കാന്തിയിലോ
പീലി വിടർത്തിയ മയിലിനെ പോലുള്ള
നിന്നിതൾ കണ്ടവൻ മോഹിച്ചതോ
ഗുൽമോഹർ പുഷ്പമേ നിന്നിൽ തളിർക്കുന്നു
പൂക്കുന്നു കായ്ക്കുന്നനുരാഗങ്ങൾ
വേനലിൻ തീയിലും നീ വിടരുന്ന പോൽ
പ്രണയത്തിൻ പുഷ്പമേ എന്നുമെന്നും

4. കാലം തെറ്റി വിടർന്ന കണിക്കൊന്നപ്പൂക്കൾ

ഏതോ മഴത്തുള്ളി തന്നുടെ
സ്പർശനമേറ്റു സമാധിയിൽ നിന്നുണർന്ന
കണിക്കൊന്ന വേഗമാ മഞ്ഞപ്പൂത്തോരണം
ചാർത്തിയൊരുങ്ങാൻ തിടുക്കമാർന്നു
വിഷു വന്നുപോയാലോ എന്നുള്ളചിന്തയിൽ
പച്ചിലപ്പുടവയുടുക്കാൻ പോലും
സുഖസുഷുപ്തി വിട്ടുണർന്നവളന്നയ്യോ
പാടേ മറന്നു പോയ് തിടുക്കം മൂലം
പൊന്നിൻ വിഷുപ്പുലരിയ്ക്ക് തലേന്നാളിൽത്തന്നെ
പൂത്തീടണം എന്നോർത്തവൾ
വിഷു വരും നാളറിയാതെ തിടുക്കത്തിൽ
തളിരിട്ടു മൊട്ടിട്ടു പൂവുമിട്ടു
പൊന്നിൻകസവാർന്ന ചേല പോലുള്ളൊരാ
മഞ്ഞപ്പൂത്തോരണം ചാർത്തിയവൾ
ഇന്ന് വരും വിഷു നാളെ വന്നീടുമെന്നോർ-
ത്തോർത്തു ദിനമെണ്ണി കാത്തിരുന്നു
നിമിഷങ്ങൾ ദിനങ്ങൾക്ക് വഴി മാറിയെങ്കിലും
ദിനങ്ങളോ വാരങ്ങളായെങ്കിലും
വിഷു വന്നതില്ലവൾ കേട്ടതില്ലൊരു
വിഷുപ്പക്ഷി തൻ പാട്ട് പോലുമെങ്ങും
കണികണ്ടുണരുവാൻ കണിയൊരുക്കീടുമ്പോൾ
കണ്ണന്റെ അരികിലായ് ചേർന്ന് നിൽക്കാൻ

കൊതി പൂണ്ടു വിടർന്നൊരാ പൂക്കളി-
ന്നാർക്കുമേ വേണ്ടാതനാഥരായ് മാറിയല്ലോ
ആരും കൊതിച്ചു പോകുന്നത് പോലെ
വിടർന്നങ്ങു നിന്നൊരാ പൂങ്കുല തൻ
സൗന്ദര്യമെല്ലാം പോയ് ആശയും തീർന്നു
പ്രതീക്ഷകളൊന്നായി പോയ് മറഞ്ഞു
കണി വെക്കും പൂക്കളിൽ ചേർന്ന് തൻ
ജീവിതം സാർത്ഥകമായിട്ട് മാറ്റീടുവാൻ
വിഷുവിൻ തലേന്നാളിൽ തന്നെ വിടർന്നീടാൻ
ഇനിയേത് ജന്മം ജനിച്ചീടേണം
അങ്ങനെയോർത്തോർത്ത് വേപഥു
പൂണ്ടു നിന്നാ പൂക്കൾ കണ്ണുനീർ വാർത്തീടവേ
കരുണയില്ലാത്തൊരു കാറ്റെങ്ങോ നിന്ന് വന്നാ
പൂക്കൾ തല്ലിക്കൊഴിച്ചുവല്ലോ
തെറ്റുകളേതുമേ ചെയ്യാത്ത പൂക്കളെ
നിങ്ങളും പാരിതിൽ ദുഃഖിതരോ
കാലമാവാമതിൻ കാരണമാവതും
സന്തോഷ ദുഃഖങ്ങൾക്കാധാരവും
അറിയാതെയെങ്കിലും വിഷുവിൻ
തലേന്ന് ഭാഗ്യേന വിടരുന്ന പൂവുകളേ
നിങ്ങളല്ലോ വിഷുക്കണിയതിൽ റാണിമാർ
നിങ്ങളല്ലോ പുണ്യ ശാലിനികൾ

5. അംഗന

അമ്മയായെന്നിൽ വാത്സല്യ പൂമഴയായ്
പൊഴിഞ്ഞതും അംഗനേ നീയല്ലോ
കൊച്ചു പെൺകിടാവായ് മുന്നിൽ വന്നൊരു
കുഞ്ഞനിയത്തിയായയതും നീയല്ലോ
ബാല്യകാലത്തെൻ കൂടെ കളിക്കുവാൻ
വന്നൊരോമൽ സഖിയായി പിന്നെ നീ
രാഗ പുഷ്പ്പങ്ങൾ വാരി വിതറിയെൻ
പ്രാണ പ്രേയസിയായയതും നീ തന്നെ
കൊച്ചു രാജകുമാരിയായ് പിന്നെ നീ
പൂവിട്ടെന്നിൽ ഒരോമന പുത്രിയായ്
നീ തന്നെ ഭൂവിന്നാധാരമായൊരു
ശക്തി ചൈതന്യ ധാരയാകുന്നതും
സാവിത്രിയായി ശീലാവതിയായ് നീ
ത്യാഗശീലയാം ഊർമ്മിളയായി നീ
സ്നേഹം കാരുണ്യം ക്ഷമ എന്നീ ഗുണങ്ങൾ തൻ
ഉത്ഭവസ്ഥാനമായതും നീയല്ലോ
വാടാതെ കൊഴിയാതെ മനസ്സിൽ
വിടർന്നു നിൽക്കും പനിനീർപ്പൂവല്ലോ നീ
സ്നേഹധാര ചൊരിയുവാൻ മാനത്തു
നിന്ന് വന്നൊരു സ്വർല്ലോക ഗംഗ നീ
പുഷ്പ്പശയ്യയൊരുക്കുവാൻ വന്നൊരു
കാമിനി രതീദേവിയും നീയല്ലോ
കാരുണ്യപ്പൂനിലാവായ് തഴുകുന്ന

പാരിജാതവും അംഗനയല്ലയോ
ദുഃഖമാം അഗ്നി ആളിപ്പടരുമ്പോൾ
കുളിർ മഴയായണയ്ക്കുന്നതും നീയേ
സർവ്വവും ചാമ്പലാക്കുവാൻ വന്നൊരു
കോവല പതി കണ്ണകിയും നീയേ
ഈ ധരിത്രിയേ ഐശ്വര്യ സമ്പൂർണ
മാക്കുവാൻ വാണരുളുക നിത്യവും

6. പ്രിയരഹസ്യം

നിന്റെ ഉള്ളിലെ എന്നെ
നീയിന്നറിഞ്ഞിടായ്കിലും
എന്നോടായൊരു വാക്കു പോലും
നീ ഉരിയാടായ്കിലും
നിന്റെ ഉള്ളിന്നുള്ളിലായ് ഞാൻ
ഒളിഞ്ഞിരിക്കും നീ അറിയാതെ
ഒരുനാളും നീയതറിയാതെ
ഒളിഞ്ഞിരിക്കുമെൻ ഹൃദയം
നിന്നുടെ ഹൃദയത്തോടായ്
ചേർന്നിരിക്കുമ്പോൾ പറയാതന്നു ഞാൻ
ബാക്കി വെച്ചൊരാ കഥകളെല്ലാം
ഞാൻ പറഞ്ഞിടും
അങ്ങനങ്ങനെ കിന്നാരങ്ങൾ
ഒരായിരം ചൊല്ലിയന്ന് ഞാൻ
നിൻ ഹൃദയത്തിൽ അലിഞ്ഞുചേർന്ന്
നിൻ ഹൃദയ താളമായ് മാറിടും
കൺമുന്നിൽ തന്നെ നിന്നിട്ടും
നീയിന്നെന്നെ കാണാതെ പോകിലും
നിൻ മിഴിയിണയ്ക്കുള്ളിൽ
ഞാനങ്ങൊളിഞ്ഞിരിക്കും നീയറിയാതെ
നീ നടന്നു പോം വഴികളിൽ
നിന്റ വെളിച്ചമായി ഞാൻ മാറാനും
നിൻ മിഴികൾ ഒരുനാളും

നനയാതെ കാത്തു സൂക്ഷിക്കാനും
പറയുവാനായ് ഞാൻ കരുതിയ കാര്യങ്ങൾ
കേട്ടിടാതെ നീ പോകിലും
മൗനമാകുമാ വാത്മീകത്തിലായ്
ഒളിഞ്ഞു പോയങ്ങിരുന്നാലും
എൻ മനസ്സ് നിൻ മനസ്സിനോടായി
എന്നുമെന്നും മന്ത്രിച്ചിടും
നീയറിയാതെ നിന്നെ എത്ര ഞാൻ
സ്നേഹിക്കുന്നെന്ന പ്രിയ രഹസ്യം

7. യവനിക

അരികിൽ നീയില്ല ഇന്നകലെയാണെങ്കിലും
കാണുവാനാശയുണ്ടേറെയെന്നാകിലും
ഞാനറിയുന്നു എൻ ഹൃദയത്തിനുള്ളിൽ
നീ നിറനിലാവായെന്നും ചിരിതൂകി നിൽപ്പതും
അകലേയ്ക്ക് പോകണമെന്ന് മനസ്സിനെ
എത്ര ഞാൻ ചൊല്ലി പഠിപ്പിച്ചെന്നാകിലും
ആയതില്ലൊരു നാളും വേർപെടുത്തീടുവാൻ
നിന്നിലേയ്ക്കെന്നോ അലിഞ്ഞൊരെൻ മാനസം
അല്ലെങ്കിലും രാവിനെന്നെങ്കിലും
മറന്നീടുവാനാകുമോ ചന്ദ്രിക തൻ മുഖം
കുളിർതെന്നൽ വന്നു താരാട്ടിയുറക്കുമാ
തളിരിലിലകൾ മറന്നീടുമോ തെന്നലേ
ഇടവവും മിഥുനവും കർക്കിടകങ്ങളും
എത്ര വന്നെന്നാലും പോയ് മറഞ്ഞെന്നാലും
ഹൃദയത്തിൽ നിന്നുമടർത്തിടാനാവാത്ത
നീറുന്നൊരോർമ്മയാണെന്നുള്ളിലിന്ന് നീ
ഇനിയുമില്ലേറെ നാൾ നീയും നിന്നോർമ്മ തൻ
വാസന്തകാലങ്ങളൊന്നുമെന്നോർമ്മയിൽ
നാളെയെൻ ജീവിതനാടകത്തിന്റെ
യവനിക വീണെന്നെ പാടേ മറച്ചിടാം

8. പ്രണയകല്ലോലിനി

കവിതയായ് എഴുതിയാൽ ഒരുനാളും
തീരാതങ്ങൊഴുകുന്ന പ്രണയകല്ലോലിനി നീ
ശിശിരമാസക്കുളിർത്തെന്നലിൽ അലിയുമെൻ
അനുരാഗവല്ലി തൻ പൂവാണ് നീ
എൻ സ്വപ്ന തീരത്തിലെന്നെ എത്തിച്ചൊരു
പ്രണയ നദിയിലെ തോണിയോ നീ
പ്രാലേയ കുങ്കുമം ചാർത്തി വരുന്നൊരു
പാതിരാ തിങ്കൾ നിലാവല നീ
പണ്ടേതോ ശില്പി വടിവോടെ കൊത്തിയെടുത്തൊരു
വെണ്ണക്കൽ ശില്പമോ നീ
എൻ മനോവീണ തൻ തന്ത്രികൾ മീട്ടിയ
സുന്ദര രാഗപരാഗമോ നീ
മോഹത്തിൻ മൊട്ടുകൾ അനുദിനം
കോർത്തെന്നെ അണിയിക്കും ഋതു രാഗപല്ലവി നീ
ഞാൻ ശ്രുതി മീട്ടുമെൻ സാരംഗിയിൽ
വീണലിഞ്ഞൊരു സ്വരരാഗ മാലിക നീ
കുങ്കുമം വിതറുന്ന സന്ധ്യയിൽ
ചന്ദനം ചാർത്തിയ പൗർണമി തിങ്കളോ നീ
കൊതി തീരും വരെയൊന്ന് കാണുന്നതിൻ
മുൻപേ മായുന്ന വാർമഴവില്ലാണോ നീ

9. ഹൃദയവിപഞ്ചിക

ജീവിതവീണയിൽ നാദം പകരുവാൻ
കൂട്ടിനായ് വന്നൊരു കൂട്ടുകാരാ ഹൃദയവിപഞ്ചിയിൽ
നീ ശ്രുതി മീട്ടുമ്പോൾ രാഗവും താളവും നമ്മളല്ലോ
അഷ്ടമംഗല്യത്തിൻ താലവും വെച്ചൊരാ
കതിർമണഡപത്തിൽ വെച്ചെൻ കഴുത്തിൽ
അഗ്നിസാക്ഷിയായ് പൊൻതാലി ചാർത്തി
നിൻ ജീവിത സഖിയായി സ്വീകരിച്ചു
അന്നണിയിച്ചൊരാ വരണമാല്യത്തിലും
സ്നേഹത്തിൻ പുഷ്പങ്ങളായിരുന്നു
സീമന്തരേഖയിൽ സിന്ദൂരം ചാർത്തിച്ചെൻ
ജീവന്റെ പാതിയായ് പ്രാണനാഥൻ
മാറോടു ചേർത്തെന്റെ നിറുകയിൽ അന്നൊരു
പ്രണയത്തിൻ മുദ്രയും ചാർത്തിച്ചു നീ
ആയിരം വർണ്ണങ്ങൾ ചാലിച്ച സുന്ദര
സ്വപ്നങ്ങളെല്ലാം ഞാൻ കാഴ്ച വെച്ചു
അന്ന് തൊട്ടെൻ ജീവരാഗമായ് നീ നിന്റെ
സ്നേഹത്തിൻ ആഴവും ഞാനറിഞ്ഞു
ഈ ജന്മം സുന്ദരസുരഭിലമാക്കിയെൻ
ജീവിത സായൂജ്യമായി മാറി
നീ വേണമെന്നുമിണയായ് തുണയായെൻ
ജീവിതാന്ത്യത്തിൻ നിമിഷം വരെ
ഇനി വരും ജന്മങ്ങളെല്ലാം നീ തന്നെയെൻ
പതിയായി പ്രാണനായി മാറിടേണം

10. ഭാരതഭൂമി

ജയ ജയ ഭാരതമാതാ നിൻ കൊടിയെന്നും
പാറിപ്പറക്കട്ടെ വാനമതിൽ, നിന്നുടെ
മാഹാത്മ്യഗാഥകൾ അനുദിനം
പരന്നിടട്ടെ പാരിലെങ്ങുമെങ്ങും
ഈ ഭാരതാംബതൻ മടിയിൽ പിറന്നൊരു
മക്കളാം നമ്മൾ നാം സോദരങ്ങൾ ഈ പുണ്യഭൂവിതിൽ
ജന്മമെടുക്കാൻ കഴിഞ്ഞൊരീ നമ്മളോ ഭാഗ്യവാൻമാർ
ഗംഗയും പമ്പയും കാളിന്ദിയും
തീർത്ഥജലത്താൽ പൂജിച്ചൊരു പുണ്യനാട്
ഇത് തന്നെ വേദവും വേദാർത്ഥസാരവും
പിറവിയെടുത്തൊരു പുണ്യഭൂമി
ഈ പുണ്യഭൂമി തൻ തൃക്കാൽ കഴുകിടും
കടൽത്തിരമാലകൾ എന്നുമെന്നും
അവളെ ഹാരങ്ങൾ അണിയിച്ചൊരുക്കുമാ
നദികളും കുഞ്ഞു കുഞ്ഞരുവികളും
വർണ്ണ വൈവിദ്ധ്യവും ഭാഷ വൈവിദ്ധ്യവും
വേഷ വൈവിദ്ധ്യവും ഉള്ളവർ നാം
എങ്കിലുമീ നാനാത്വത്തിലുമേകത്വം
കാത്തു സൂക്ഷിച്ചൊരു നാടിതല്ലോ?
ഐക്യവും ഒരുമയും കാത്തുസൂക്ഷിച്ചിടാം
എന്നുമീ നാടിൻ കരുത്തതല്ലോ
പോരാടി നേടിയൊരീ ജന്മഭൂവിതിൻ
അഭിവൃദ്ധിയ്ക്കായെന്നും പരിശ്രമിക്കാം.

11. കുടമുല്ലപ്പൂവിന്റെ ജന്മം

പാതി വിടർന്നാൽ പരിമളമിയലുന്ന
കുടമുല്ലപ്പൂവേ എൻ കൂട്ടുകാരീ
നിന്നുടെ ജീവിതകഥയൊന്നതോർ-
ത്തെന്നാൽ എത്രയോ പരിതാപം ശോചനീയം
അമ്മച്ചെടിയതിൽ കുഞ്ഞൊരു മൊട്ടായ് നീ
ജന്മമെടുത്തൊരാ നാളിൽ മുതൽ
എത്രയോ സ്വപ്നങ്ങൾ കണ്ടു നീ
നിന്നുടെ യൗവ്വനകാലവും ജീവിതവും
ആരും മയങ്ങുമാ നിന്നുടെ സൗരഭ്യലാവണ്യ
പൂരത്തിലാറാടിയന്നാരാമറാണിയായ് നീ
വിളങ്ങുന്നതും ആരിലും കൗതുകമൂറുന്നതും
നിന്നുടെ പരിരംഭണത്തെ
മോഹിച്ചന്നൊരായിരം കാമുകവണ്ടുകളും
നിന്നുടെ ചുണ്ടിലെ മകരന്ദമുണ്ണുവാൻ
കൊതിയോടെ അരികിലായണയുന്നതും
അങ്ങനെയങ്ങനെ വിടരാൻ കൊതിക്കുമൊരായിരം
സ്വപ്നങ്ങൾ നെയ്തു നെയ്ത്
കരിമൊട്ടുകൾ വളർന്നന്നൊരു
പാതി വിടർന്ന നറും പൂക്കളായി മാറി
പാതി വിടർന്നൊരാ പൂക്കൾ ഇറുത്താരോ
ദേവന് കാണിക്കയായർപ്പിച്ചു
പിറ്റേന്ന് കാലത്താ പൂക്കളോ

നിർമ്മാല്യ പുഷ്പങ്ങളായി വലിച്ചെറിഞ്ഞു
പിന്നെ കുറെ പൂക്കൾ ബാലികമാരിറുത്തവരുടെ
മുടിയതിൽ ചാർത്തീടുവാൻ
ആ മുല്ലമാലയോ അവരും
വലിച്ചെറിഞ്ഞിത്തിരിയെങ്ങാണ്ട് വാടിയപ്പോൾ
കാമിനി ചൂടും മുല്ലമാല തൻ വശ്യഗന്ധം
കാമുകഹൃദയത്തെ ഉന്മത്തനാക്കി മാറ്റി
ഇത്തിരി വാടിയപ്പോൾ ആ മാല്യമത് പിന്നെ
അവരും കളഞ്ഞല്ലോ നിഷ്ക്കരുണമാ മണ്ണിൽ
ജീവിതമാസ്വദിക്കും യുവമിഥുനങ്ങളും
ഇരുത്തെടുത്തു പുഷ്പശയ്യയൊന്നൊരുക്കുവാൻ
അവയും നിർദ്ദയേന വലിച്ചെറിയപ്പെട്ടു
പിറ്റേന്ന് നേരം നന്നേ പുലരും മുൻപേ തന്നെ
എത്രയോ മനോഹരി ആയിരുന്നിട്ടും പൂവേ
നിന്നുടെജന്മമെത്ര സന്താപകരമോർത്താൽ
എവിടെ ചെന്നെന്നാലും ആവശ്യം കഴിഞ്ഞെന്നാൽ
വലിച്ചെറിയപ്പെടും ശപിക്കപ്പെട്ട ജന്മം
പൂവായി വിടരും നാൾ സ്വപ്നം കണ്ടിരുന്ന നീ
പാതി വിടർന്നപ്പോൾ നിൻ ജന്മവും തീർന്നുവല്ലോ
എങ്കിലും പുഷ്പമേ നീ വിഷമിക്കേണ്ടതില്ല
നിന്നെ ഇഷ്ടപ്പെടാത്തോരാരാണുള്ളതീ ഭൂവിൽ

12. കണ്ണീർത്തുള്ളി

കദനങ്ങൾ വന്നു മനസ്സിൽ നിറയുമ്പോൾ
ഒഴുകുന്ന ജലമാണോ കണ്ണീർത്തുള്ളി
കടലിലെ വെള്ളത്തേ പോലെ നിനക്കും
ഉപ്പുരസം തന്നതാര് ചൊല്ലൂ
എവിടാണ് നിന്നുടെ വാസസ്ഥലം
അത്, സങ്കടക്കടലിന്റെ ഉള്ളിലാണോ
മിഴികളിലുള്ളൊരു കാണാക്കയത്തിലോ
കണ്ണുനീരിന്റെ തടാകത്തിലോ
സങ്കടക്കടലിന്റെ അക്കരേ-
യ്ക്കെത്തിക്കാൻ
വന്നൊരു ചന്ദനത്തോണിയോ നീ
ആ തോണി മെല്ലെ തുഴഞ്ഞു നീങ്ങിടുവാൻ
കൈകളിലേന്തും പങ്കായമാണോ
ഹൃദയത്തിനുള്ളിലായ് ആരാരും കാണാതെ
കാത്തു സൂക്ഷിച്ച കുടത്തിലോ നീ
കദനങ്ങൾ വന്നു മനസ്സിൽ നിറയുമ്പോളാ
കുടം നിറഞ്ഞു തുളുമ്പുമെന്നോ
തീരാതെ തീരാതെ പിന്നെയും വന്നീടാൻ
ആ കുടം അക്ഷയ പാത്രമാണോ
ഹൃദയത്തിൽ നിന്നും പിറവിയെടുത്തു നീ
മിഴികളിലൂടൊഴുകുന്നതാണോ
ഹൃദയം തകരുമ്പോൾ നീയോടി വന്നീടാൻ
അത്രയും ബന്ധമോ നിങ്ങൾ തമ്മിൽ

ഹൃദയം മുറിയുന്ന രക്തത്തിൻ തുള്ളികൾ
കഴുകിക്കളയുവാൻ വന്നതാണോ
കരൾ പൊട്ടി ഒഴുകുന്ന നേരത്ത് നീയൊരു
ചുടു നീരിൻ അരുവിയായ് മാറീടുന്നു
ആ നേരം കൺകളിൽ നീ വന്നണയുമ്പോൾ
മനസ്സിലെ ഭാരം കുറയുമല്ലോ
ചില നേരം മനസ്സ് മുറിഞ്ഞുവെന്നാകിലും
നീയണയാറില്ല കണ്ണുകളിൽ
ആ നേരം ഉള്ളിലെ നീലത്തടാകത്തിൽ
നീ തളം കെട്ടിക്കിടപ്പതാണോ
മനസ്സെന്ന മാനത്തു കാർമേഘപാളികൾ
നിറയുന്ന നേരത്തെൻ ചാരത്തെയ്ക്കായ്
നീയോടി വന്നൊന്ന് പെയ്തൊഴിഞ്ഞീടുകിൽ
ആ മാനമെന്നും തെളിഞ്ഞിടുന്നു
നീ വന്നെൻ കണ്ണിന്റെ കാഴ്ച മറച്ചാലും
കണ്മഷി എത്ര പടർത്തിയാലും
നിന്നെ എനിക്കെന്നും ഇഷ്ടമാണെൻ സഖീ
നീയല്ലേയുള്ളു എൻ സാന്ത്വനമായ്

13. ഒരു ജന്മം കൂടി

നാളുകൾ ഓരോന്നായ് കൊഴിഞ്ഞു വീണീടിലും
കൊഴിഞ്ഞു വീഴില്ലൊരു നാളുമാ ഓർമ്മകൾ
അന്നൊരു രാവിലെൻ മാനസവാടിയിൽ
പുല്ലാങ്കുഴലുമായ് നീ വന്നണഞ്ഞതും
നീയെനിക്കേകിയ സ്നേഹത്തിൻ പുഷ്പങ്ങൾ
കോർത്തു ഞാനൊരു രാഗമാലിക തീർത്തതും
മനസ്സിന്റെ ആഴങ്ങളിൽ മുങ്ങി അന്ന് നാം
സ്നേഹത്തിൻ മുത്തുകൾ വാരിയെടുത്തതും
ഹൃദയവും ഹൃദയവും ചേർന്നിരുന്നൊന്നൊരു
പ്രണയ വൃന്ദാവനം സ്വപ്നത്തിൽ തീർത്തതും
എങ്കിലും ജീവിത യാഥാർഥ്യങ്ങൾ നമ്മെ
പൊയ്മുഖമൊന്നണിയാൻ പഠിപ്പിച്ചതും
വിതുമ്പുമെൻ ഹൃദയത്തെ വീണ്ടും തനിച്ചാക്കി
വിട പറയാതെ നീ അന്ന് പോയീടിലും
മറക്കാൻ കൊതിച്ചാലും മറഞ്ഞു പോയീടുമോ
മധുരമാ നാളുകൾ നൽകിയ നിർവൃതി
പിന്നെ നാം പിന്നിട്ട നാളുകൾ ഓരോന്നും
വിരഹത്തീച്ചൂളയിൽ നീറിപ്പുകഞ്ഞതും
പകലുകൾ വർണ്ണരഹിതങ്ങളായ് തോന്നി
രാവുകൾ നിദ്രാവിഹീനങ്ങളുമായി
ചന്ദ്രികയില്ലാത്ത രാവുകളിൽ മനം
നിന്നുടെ ഓർമ്മയിൽ കണ്ണീർക്കടലായി
നീ എന്ന മോഹനരാഗമില്ലാതെ ഞാൻ

മൗനത്തിൻ ഒരു പാഴ് വിപഞ്ചികയായ് മാറി
അന്ന് തൊട്ടിന്നോളം നമ്മളലയുന്നു
ഒന്നായിരുന്ന രണ്ടപരിചിതരെ പോൽ
ഒരു പുഴ രണ്ടായി വേർപിരിഞ്ഞാലുമാ
കടലിലേയ്ക്കൊന്നിക്കാൻ ഓടി അണയും പോൽ
എന്നിനി എന്ന് നാം കണ്ടു മുട്ടീടുമീ
ജീവിതയാത്ര തൻ പാതയോരങ്ങളിൽ
ഇനിയൊരു ജന്മവും കൂടി ജനിക്കുമോ
ജന്മ ജന്മാന്തര പ്രാണബന്ധങ്ങളാൽ

14. പ്രണയം

മനസ്സിലൊരായിരം വർണ്ണങ്ങൾ വിരിയിക്കും
ഏഴു നിറമുള്ള സ്വപ്നാനുരാഗമേ
ആയിരം കുടമുല്ല പൂക്കളെയൊന്നാകെ
ചുംബിച്ചുണർത്തുമെൻ നവ്യ സുഗന്ധമേ
ഏതൊരു മരതക ദ്വീപിൽ നിന്നാണ് നീ
വിരുന്നിനായെത്തിയെൻ പ്രിയമനോരാജ്യമേ
താമര നൂലിനാൽ എൻ മനതാരിൽ നീ
ഒരു നാളും പൊട്ടാത്തൊരുഞ്ഞാല കെട്ടിയോ
എന്നും ഞാൻ ചൂടുന്ന രാഗമാല്യത്തിലോ
ഒരു നാളും വാടാത്ത പൂക്കളുമേകി നീ
ഹേമന്ത രാത്രിയിൽ ദാഹിച്ചുറങ്ങുമെൻ
ചാരത്തു വന്നീടും സുന്ദര സ്വപ്നമേ
നിന്നിലെ മുഗ്ധ സൗന്ദര്യത്തെയൊന്നാകെ
വാരിച്ചൊരിഞ്ഞു നീ പൂനിലാവായെന്നിൽ
പ്രണയമേ നിന്നുടെ ആലിംഗനത്തിനാൽ
എന്നെ ഒരുന്മാദിനിയാക്കി മാറ്റി നീ
അനശ്വര പ്രണയമേ നീ വന്ന നേരം നിൻ
കൈകളിലെന്താണ് മുന്തിരിപ്പാത്രമോ
ഷെല്ലി എഴുതിയ പ്രണയ കവിതയൊ
ശാകുന്തളത്തിലെ മുദ്രാങ്കുലീയമോ
എൻ ദേവനെന്നും എനിക്കായെഴുതുന്ന
സന്ദേശകാവ്യ മനോമുകുളങ്ങളോ
ആ പൂമടിയിലായെന്നും ഉറങ്ങുന്നതെന്നിലെ

ആയിരം മോഹപുഷ്പങ്ങളോ
എൻ പ്രിയൻ തന്നുടെ മനസ്സാം സരസ്സിങ്കൽ
എന്നുമീ അരയന്നം നീന്താനിറങ്ങുമോ
നീ വന്നണഞ്ഞതിൽ പിന്നെ എൻ ചുണ്ടിലായ്
എന്നുമെൻ കാമുക മന്ത്രമത് മാത്രം
നിന്നുടെ കാലടിപ്പാടുകൾ നിത്യവും
പിന്തുടരുന്നു ഞാൻ ദിവ്യാനുരാഗമേ
ആ വഴിയിങ്കൽ ഞാൻ വീണു പൊലിഞ്ഞാലും
മായില്ലെൻ മനതാരിൽ നിന്നുമാ മുദ്രണം

15. ജീവിത പാഠം

കാലമാകുന്നൊരാ പുസ്തകത്തിൽ നിന്നും
ജീവിതമെന്നെ പഠിപ്പിച്ച പാഠങ്ങൾ
ആഴത്തിലെന്നിൽ പതിഞ്ഞൊരാ ചിത്രങ്ങൾ
മാഞ്ഞു പോയീടുകയില്ലൊരു നാളിലും
പറഞ്ഞതോ കേട്ടതോ കണ്ടതോ എന്നല്ല
മനസ്സിനെ പോലും നാം വിശ്വസിക്കരുതെന്നും
സ്നേഹം എന്നുള്ളതോ കാര്യസാധ്യത്തിനായ്
മാറ്റീടാനാകും പ്രതിഭാസം എന്നതും
' സ്നേഹത്തിനൊപ്പമായ് സ്നേഹം മാത്രം '
എന്ന പഴയൊരാ സിദ്ധാന്തം മാറി വന്നെന്നതും
അതിനൊപ്പം നമ്മുടെ മനസ്സുകൾ പോലും നാം
മാറ്റിയെടുക്കണം എന്നും പഠിച്ചു ഞാൻ

16. ചെത്തിപ്പൂ

ആരാമങ്ങൾക്കെല്ലാം റാണിയായ് വാണീടും
ചെത്തിപ്പൂവേ എത്ര സുന്ദരി നീ
നിന്റെ മൃദുലതയോലുമാ ഇതളുകൾക്കിത്രയും
ശോണിമയായ് നൽകി
ഓരോ ഇതളായ് പിറന്നൊരാ നാൾ മുതൽ
ഞെട്ടറ്റു ഭൂമിയിൽ വീഴും വരെ
ഇത്രയും ചോപ്പ് വർണ്ണം നിനക്കേകുവാൻ
സൂര്യദേവൻ നിന്റെയാര് സഖീ
ഒരു കുലയിൽ തന്നൊരായിരം പൂക്കളെ
ഒന്നിച്ചു ചേർത്തങ്ങു നിർത്തീടുവാൻ
അനിതര സുന്ദരമാകും മനസ്സുള്ള
ദേവി നീ എത്രയോ സ്നേഹവതി
കള്ളനാം തെന്നൽ നിൻ ഇതളുകളാകുമാ
മേനിയിൽ മെല്ലെ തഴുകിയാലും
കാമുകരാകുന്ന വണ്ടും ശലഭവും വന്നുമ്മ
വെച്ചങ്ങു പോയെന്നാലും
തമ്മിൽ പിരിഞ്ഞീടാതൊരു കുലയിൽ തന്നെ
ഒന്നിച്ചു നിൽക്കും സപത്നിമാരാം
നിങ്ങളെ മാതൃകയാക്കിടേണം
ബുദ്ധിയുള്ളോരു മാനുഷൻമാരു പോലും
തേനുണ്ണാൻ എത്തും മധുപന്മാർക്കെല്ലാർക്കും
വയറുനിറച്ചൊരു സദ്യ നൽകാൻ
ഇത്രയും മകരന്ദം ആരു നിൻ ചുണ്ടത്ത്

തീരാതെ തീരാതെ കൊണ്ടു വെയ്പ്പൂ
നിന്റെയീ സ്നേഹവും ഒരുമയും നിറവുമാ
നിർമ്മല ഭക്തിയും കണ്ടിട്ടാവാം
ദേവന്മാർ ദേവിമാർ എല്ലാവർക്കും തന്നെ
പൂജയ്ക്ക് നിന്നെയാണേറെ ഇഷ്ടം
ഇത്രയും സ്നേഹവും സൗന്ദര്യം സദ്ഗുണം
എല്ലാം ഒരുമിച്ചങ്ങൊത്തു ചേർന്ന
നിന്നെയീ ഞാനും പ്രണയിച്ചു പോയതിൽ
തെല്ലുമേയില്ല അതിശയിക്കാൻ
എന്നന്ത്യ നേരത്തെൻ പ്രിയജനമെല്ലാരും
യാത്ര പറഞ്ഞങ്ങു പോകുമ്പോഴും
നീ മാത്രമല്ലയോ ഗാഢം പുണർന്നെന്റെ
കൂടെയായ് തന്നങ്ങ് വന്നിടുന്നു

17. എന്തിനായി

എന്തിനായ് എന്തിനായ്
എന്നനവധി ചോദ്യങ്ങൾ
ഉണ്ടെന്റെ ഉള്ളിലായി
ഉത്തരം ഇല്ലാത്തതായ്
കാറ്റിന് വന്നു
തല്ലിക്കൊഴിച്ചീടുവാൻ എങ്കിൽ
എന്തിനായ് ഇലകളും
പൂക്കളും പിറക്കുന്നു ?
വേനലിൻ ചൂടിനാൽ
വെന്തുരുകീടുമെന്നാകിൽ
എന്തിനായ് അവനിയിൽ
മഴയും പെയ്തീടുന്നു ?
അമാവാസി എന്നത്
പുറകെ ഉണ്ടെന്നാകിൽ
എന്തിനായ് പൗർണ്ണമി
വന്നണഞ്ഞീടുന്നു രാവിൽ ?
പുലർന്നീടുമ്പോൾ സ്വപ്നം
മാഞ്ഞു പോകുമെന്നാകിൽ
എന്തിനായ് സ്വപ്നത്തേരിൽ
കൊണ്ടു പോകുന്നൂ രാവിൽ ?
സുന്ദരമാം മാരിവില്ലുടനെ മായാനെങ്കിൽ
എന്തിനായ് പിന്നെ വന്നു
വിരിഞ്ഞീടുന്നു വാനിൽ ?

വാക്കുകൾ തമ്മിൽ ചേർന്നാൽ
മൗനമായ് മാറാനെങ്കിൽ എന്തിനീ വാക്കുകൾ
പണ്ടിണക്കി ചേർത്തു വെച്ചു ?
ഒന്നിച്ചു ചേരാനാവില്ലൊരു
നാളിലുമെങ്കിൽ എന്തിനായ്
മനസ്സുകൾ അലിഞ്ഞു ചേർന്നൂ തമ്മിൽ ?
കൊഴിഞ്ഞു വീഴുവാനായ് മാത്രമാണെന്നാകിൽ
പിന്നെന്തിനീ മോഹപ്പൂക്കൾ
വിടർന്നീടുന്നെന്നുള്ളിൽ ?
ബന്ധങ്ങൾ ബന്ധനങ്ങളായി മാറുമെങ്കിൽ
പിന്നെന്തിനായ് ബന്ധങ്ങളും പിറന്നീടുന്നു ഭൂവിൽ ?
തനിച്ചാക്കി പോകാനായ് മാത്രമായിരുന്നെങ്കിൽ
എന്തിനായ് ചേർത്ത് നിർത്തി എന്നെ നീ നിന്നരികിൽ ?
വേർപിരിയലിനെന്നും വേദന ഉണ്ടെന്നാകിൽ
എന്തിനായ് കൂടിച്ചേരൽ എന്നുമീ അവനിയിൽ ?
വിരഹമാം തീയിൽ വീണുരുകിത്തീരാനെങ്കിൽ
എന്തിനീ സ്നേഹക്കടൽ ഉള്ളിലായ് കൊണ്ടുവെച്ചു ?
ആഴത്തിലുള്ള സ്നേഹം വേദന എന്നാകിൽ
പിന്നെന്തിനീ സ്നേഹദീപം
കൊളുത്തി വെയ്ക്കുന്നുള്ളിൽ ?
ഇതിനെല്ലാം ഉത്തരം ഒന്ന് മാത്രമേ ഉള്ളൂ,
എല്ലാമാ ഈശ്വരന്റെ സങ്കല്പ എന്ന് മാത്രം.

18. വർണ്ണാക്ഷരങ്ങൾ

നിൻ തൂലികത്തുമ്പിൽ പിറവിയെടുത്തൊരാ
വർണ്ണാക്ഷരങ്ങളീ ഞാനാം കവിത
ഞാനെന്ന കവിതയെ പൂർണ്ണമാക്കാതെ നീ
എഴുതുക ഓരോ വരിയും അനുദിനം
ആ മുഗ്ധ വരികൾ തൻ ഭാവനാ ലഹരിയെന്നാത്മാവിൻ
ജീവന സ്പന്ദമായീടണം
നീയെന്നെ വർണ്ണിച്ചു വർണ്ണിച്ചു ഞാനൊരു
കാവ്യ മനോഹര സങ്കല്പമായിടും
നിൻ വിരൽ തുമ്പിലൂടെന്നിലെ ഓരോ വരികളെയും നീ
പുനർജ്ജനിപ്പിക്കണം
ഉറങ്ങിക്കിടന്നൊരാ വരികളിൽ
നിന്നുടെ ശ്വാസ നിശ്വാസത്തിൻ ഗന്ധം പകരണം
നിന്നിലെ മോഹവും ദാഹവും വിരഹവും സ്നേഹവും
വരികളായ് എന്നിൽ പകരണം
ഒരു നാളും വറ്റാത്ത നിൻ സ്നേഹ
നദിയിലൂടൊഴുകിയൊഴുകി എനിക്കലഞ്ഞീടണം
അങ്ങനെയോരോ ദിവസങ്ങൾ തോറുമീ
ഞാനുമാ നീയുമങ്ങൊന്നായി മാറണം

19. വെൺചന്ദ്രലേഖ

വെൺ ചന്ദ്രലേഖേ നീ പോയ് മറഞ്ഞോ വീണ്ടും
കൂരിരുൾ രാവിൻ യവനികയ്ക്കുള്ളിൽ
ഇനിയെത്ര നാളുകൾ തപമിരുന്നീടണം
പൗർണ്ണമിയായി നീ പൂത്തു വിടർന്നിടാൻ
താരകപ്പൂക്കളാ വാനത്തിൻ മുറ്റത്ത്
മിന്നുന്ന പൊൻപട്ടുചേല വിരിക്കവേ
നീ വന്നണയുമോ നാണത്താൽ മുഖം
പാതി മൂടി മറച്ചൊരാ നവവധുവെന്ന പോൽ
വെള്ളാമ്പൽ മൊട്ടുകൾ മിഴിപൂട്ടിനിൽപ്പൂ നിൻ
ചുംബനമേറ്റൊന്ന് തിരുമിഴി തുറക്കുവാൻ
പാതിരാ പൂക്കളോ കാത്തിരിക്കുന്നു നിൻ
നറുനിലാക്കൈകൾതൻ സ്പർശനമൊന്നേൽക്കാൻ

20. ആര് നീ

സിന്ദൂര സന്ധ്യയിൽ നിറകതിരായ് മുന്നിൽ
ചിരി തൂകി നിന്നവളാരോ
മധുവോ മലരോ മധുമതിയോ
എന്റെ മനസ്സിൽ വിരിഞ്ഞൊരു പനിമതിയോ
പൂജയ്ക്കായ് വിരിഞ്ഞൊരു തുളസിക്കതിരോ
കണ്വാശ്രമത്തിലെ ശകുന്തളയോ
മാനത്തു നിന്ന് വന്ന ദേവതയോ നീ
എന്നെ മോഹിപ്പിച്ചൊരു സുന്ദരിയോ
ഏഴു തിരിയിട്ട നിലവിളക്കോ നെറ്റിയിൽ
ചന്ദനം ചാർത്തി വരും പൗർണമിയോ
പൂനിലാവിൽ വിടരും ആമ്പലിൻ പൂമൊട്ടോ
മാനത്തു വിടർന്നൊരു മഴവില്ലോ നീ

21. പാരിജാതം

അന്നൊരു രാവതിൽ പൂനിലാ പ്രഭയതിൽ
നിദ്ര വന്നവനേ തഴുകിയപ്പോൾ,
പുലരാനായ് ഏഴര രാവുള്ള നേരത്താ
പൂങ്കുയിൽ പണ്ടൊരു കനവ് കണ്ടു
കനവിലന്നവൻ കണ്ട സ്വർണ്ണപ്രഭയതിൽ
കാണായി വന്നൊരു പാരിജാതം
സ്വർല്ലോകനദിയായ ഗംഗയിലൂടന്ന്
ഒഴുകി വന്നീടുന്നാ ദേവപുഷ്പം
ആ ദിവ്യപുഷ്പത്തിൻ പ്രഭയന്നാ നദിയിലെ
ഓളങ്ങളെ വെള്ളി പൂശിടുമ്പോൾ
അവനറിയാതങ്ങുണർന്നു പോയെങ്കിലും
ആ ദൃശ്യം മാഞ്ഞില്ല ഹൃത്തിൽ നിന്നും
അന്ന് മുതൽക്കവൻ മോഹിച്ചു പോയിയാ
പാരിജാതത്തിനെ സ്വന്തമാക്കാൻ
ആ മോഹം സാക്ഷാത്ക്കരിക്കുവാനായവൻ
യുഗങ്ങളോളം അന്ന് തപസ്സ് ചെയ്തു
വേനലറിയാതെ വർഷമറിയാതെ
കലി തുള്ളും സാഗര തിരകളറിയാതെ
പുഞ്ചിരി തൂകുന്ന പുലരികളറിയാതെ
തപസ്സ് ചെയ്തവനന്ന് ഏകനായി
പകലിരവോളമന്നവൻ തന്റെയുള്ളിലാ
സ്വർഗ്ഗീയ പുഷ്പം നിറഞ്ഞു നിന്നു
രാപ്പാടി വന്നിട്ടാ കാതിലായ് മന്ത്രിച്ചു

കിട്ടില്ല കിട്ടില്ലൊരു നാളിലും
അരികിലെ നദിയിലെ ഓളങ്ങൾ കളിയാക്കി
കിട്ടില്ല കിട്ടില്ലൊരു നാളിലും
തഴുകി തലോടിയ കാറ്റും പറഞ്ഞന്ന്
കിട്ടില്ല വ്യാമോഹിച്ചീടേണ്ടെന്ന്
അവനെന്നാൽ നിശ്ചയിച്ചവസാനശ്വാസം
വരേയ്ക്കുമവൻ തപം ചെയ്യുമെന്ന്
മേഘങ്ങൾ അവനായി കണ്ണുനീർ വാർത്തു
ആ താരകൾ മിഴി ചിമ്മി നോക്കി നിന്നു
അങ്ങനെയങ്ങനെ അന്നൊരു രാവതിൽ
മഴയൊന്ന് വന്നവനെ തൊട്ടുണർത്തി
അവൻ മെല്ലെ കണ്ണ് തുറന്നപ്പോൾ കണ്ടൊരു
വെള്ളിവെളിച്ചത്തിൻ പ്രഭാപൂരം
മിന്നാമിനുങ്ങുകൾ തോരണങ്ങൾ ചാർത്തി
താരകൾ പുഷ്പങ്ങൾ വാരിച്ചൊരിഞ്ഞു
അവനരികിൽ വന്നാ പാരിജാതം ചൊല്ലി
ഞാനിതാ വന്നു നിന്നരികിലായി
ശോഷിച്ച വിരലുകളാലന്നവൻ മെല്ലെ
മൃദുവായി സ്പർശിച്ചാ പൂവിതളിൽ
അങ്ങനെയങ്ങനെ അവനുമവളുമാ
വെള്ളി വെളിച്ചത്തിലലിഞ്ഞു ചേർന്നു

22. പ്രണയ പൗർണ്ണമി

ചെമ്പക പൂവിൻ നറുമണം പോലെന്നെ
പുൽകിയുണർത്തിയ വാസന്തമേ
എത്രയോ രാവുകൾ തോറും നീ വന്നെന്നിൽ
വാരിച്ചൊരിഞ്ഞു നിൻ സൗഭഗത്തെ
പണ്ടേതോ രാഗസരസ്സിൽ നാം
രണ്ടിണയരയന്നങ്ങൾ പോലെ നീന്തീടവേ
വേർപിരിഞ്ഞകലേയ്ക്ക് പോയതാണോ
വീണ്ടും ഇന്നീ വഴിത്താരയിൽ കണ്ടുമുട്ടാൻ
സിന്ദൂരക്കുറി തൊട്ട സന്ധ്യയാം കാമിനി
പൊന്നിൻ കിരീടം ഒന്നണിഞ്ഞീടവേ
ഏതോ ദിവാസ്വപ്ന തേരിലെൻ മാനസം
നിൻ അരികത്തേയ്ക്കായ് ഓടിയെത്തും
നിന്റെയാ വർണ്ണച്ചിറകുകൾക്കുള്ളിൽ നീ
എന്റെയീ തളിരുടൽ ചേർത്തിരുത്തി
സ്നേഹത്തിൻ ചൂട് പകരുവാൻ വന്നതോ
പാറിപ്പറന്നൊരീ ചില്ലയിൻ മേൽ
തേനമൃതോലുമാ അധരങ്ങൾ എന്നുടെ
അധരത്തിൽ അമൃതമൊന്നിറ്റിക്കവേ
അതുവരെ അറിയാത്തൊരനുഭൂതിതൻ
ഹർഷപുളകത്തിൽ ഞാനിന്നലിഞ്ഞുപോയി
പാടാൻ മറന്നൊരീ വീണയിൽ പിന്നെയും
മോഹനരാഗം നീ ഉണർത്തീടവേ
സ്വരതന്ത്രികൾ എന്റെ മൃദു മന്ത്രണങ്ങളായ്

മദന സൗഗന്ധിക പൂക്കളായി
ഏതൊരു മാസ്മര ലോകത്ത് നിന്നു നീ
എന്നരികത്തേയ്ക്കായ് വന്നണഞ്ഞു
എന്നിലേയ്ക്കായിരമായിരം പൗർണ്ണമി
ചന്ദ്രിക തൻ സ്വർണ്ണ പ്രഭ ചൊരിഞ്ഞു
മനതാരിൽ പ്രേമത്തിൻ ചന്ദനംചാർത്തിയ
ഏഴഴകോലുന്ന മാരിവില്ലേ
മാഞ്ഞു പോയിടല്ലേ എൻ ജീവനേ
പിരിഞ്ഞൊരു നാളും അകലേക്കു മറഞ്ഞിടല്ലേ

23. അമ്മയാം ഭൂമി

നമ്മുടെ അമ്മയായീടിന ഭൂമിക്ക്
സംരക്ഷണമെന്നുമേകുക നാം നമ്മുടെ
നന്മയ്ക്കാണമ്മയൊരുക്കിയതെല്ലാമെന്നും
നാം അറിഞ്ഞിടുക
അമ്മതൻ ഉടയാടയായി മരുവുന്ന
വൃക്ഷങ്ങളെ സംരക്ഷിക്കുക നാം
ഭൂമിക്ക് കുടയാകാൻ കിളികൾക്ക് വീടാകാൻ
വൃക്ഷങ്ങൾ വെച്ചുപിടിപ്പിക്ക നാം
കാറ്റിൽ സുഗന്ധവും കിളികൾക്ക് ഫലങ്ങളും
പഥികർക്കു തണലുമായ് മേവിടുന്ന വൃക്ഷങ്ങളല്ലോ
ഈ ഭൂമിക്ക് മരതകപ്പട്ടും കുളിർമയും നൽകീടുന്നു
ഭൂമിതൻ വരദാനമായി മരുവുന്ന
നദികളെ സംരക്ഷിച്ചീടുക നാം
ജലമല്ലോ നമ്മുടെ ജീവനാകുന്നതും
ദാഹജലമായി മാറുന്നതും
നമ്മുടെ ജീവനശ്വാസമായ് മാറുന്ന
വായുവേ സംരക്ഷിച്ചീടുക നാം
വായുവും ജലവും മലിനമാക്കീടുകിൽ
നാമിവിടെങ്ങനെ ജീവിച്ചിടും
നമ്മളാം ജീവജാലങ്ങളീ ഭൂമിയിൽ
സുഖമായി എന്നും വസിച്ചീടുവാൻ
ഭൂമിയാം അമ്മയെ സംരക്ഷിച്ചീടുക
പ്രകൃതിയെയെന്നും സ്നേഹിക്കുക നാം

24. സ്വപ്നത്തിൻ തൈച്ചെടി

മാനത്തെ കാർമേഘപാളികൾ പോലെന്നിൽ ചിന്തകൾ
നീലിമ ചാർത്തിടുമ്പോൾ പെയ്തലിഞ്ഞീടുവാനാകുമോ
അവതീർത്തൊരിരുളിന്റെ പുകമറ നീങ്ങീടുമോ ?
പെയ്യുന്ന ഓരോ ജലകണങ്ങൾ പോലും അകതാരിൽ
കുളിർമ്മ പകർന്നീടുമോ ആ നനവൂറുന്ന ഹൃത്തിൽ
നിന്നിനിയുമെൻ സ്വപ്നത്തിൻ നാമ്പ് മുളച്ചീടുമോ ?
ആ നാമ്പ് വളരാനായ് അർക്കൻതൻ
കിരണങ്ങളാകുന്ന കൈകൾ തഴുകീടുമോ ?
അതിനു വളമേകി പരിപാലിച്ചീടുവാൻ
വീണ്ടുമെൻ ഹൃത്തടം വെമ്പീടുമോ ?
കൊടുങ്കാറ്റും പേമാരീം വന്നാലും വീഴാതെ
സ്വപ്നത്തിൽ തൈച്ചെടി വളർന്നീടുമോ ?
വളർന്ന് വളർന്നതിൽ വിടരാൻ കൊതിക്കുന്ന
പുതുമൊട്ടുകൾ വന്നു നിറഞ്ഞീടുമോ ?
ആ മൊട്ട് തല്ലിക്കൊഴിക്കാനായ് കാലം തൻ
ക്രൂരമാം കൈകളെ നീട്ടീടുമോ ?
ആ പ്രഹരങ്ങൾ തളർത്താതെ സ്വപ്നത്തിൻ
മൊട്ടുകൾ പൂക്കളായ് വിടർന്നീടുമോ ?
ആ പൂക്കളൊരുനാളും വാടാതെ കൊഴിയാതെ
നിത്യ വസന്തമായ് മാറീടുമോ ?
ആ പൂക്കൾ തന്നൂടെ സൗരഭ്യ പൂരമെൻ
പ്രാണനിൽ അമൃതം ചൊരിഞ്ഞീടുമോ ?

25. പൊൻകണി

പുലരിയിൽ നീയൊരു പൊൻകണിയായി
എന്നുമെൻ മനസ്സിൽ മദനോത്സവമായ്
എന്നിൽ നിറയും സൗരഭ്യമേ നിന്നിൽ
അലിഞ്ഞു ചേരുവാൻ എനിക്ക് മോഹം
സ്വർണ്ണ മേഘങ്ങളാൽ മുഖം പാതി മറച്ചൊരാ
പൗർണ്ണമി തിങ്കൾക്കല പോലെ രജനികൾ തോറും
നീ അരികിൽ വന്നെനിക്കായ് മധു ചന്ദ്രികയൊരുക്കി
സ്വപ്നത്തിൻ കതിർ മണ്ഡപമൊരുക്കി
പുലരിയിൽ നീയൊരു പൊൻകണിയായി
എന്നുമെൻ മനസ്സിൽ മദനോത്സവമായ്
അഞ്ചു പുഷ്പങ്ങളാൽ അമ്പെയ്തു മുറിച്ചൊരാ
മന്മഥ ദേവനെ പോലെ നീ സൗഗന്ധികങ്ങളാൽ
എനിക്കണിയാനൊരു രാഗമാലികയൊരുക്കി
പൂക്കളാൽ വസന്തോത്സവമൊരുക്കി
പുലരിയിൽ നീയൊരു പൊൻ കണിയായി
എന്നുമെൻ മനസ്സിൽ മദനോത്സവമായ്
ഇരവിലും പകലിലും അനുരാഗത്തിൻ
മധുര നിവേദ്യവുമായ് എൻ പുണ്യമേ
എന്നുമെന്നകതാരിൽ പൂജിക്കുവാനൊരു
വിഗ്രഹം തരുമോ നീയെനിക്കായ്
പുലരിയിൽ നീയൊരു പൊൻകണിയായി
എന്നുമെൻ മനസ്സിൽ മദനോത്സവമായ്

26. ഉഷ

പണ്ടൊരു രാജ്യത്തെ രാജകുമാരിയാം
'ഉഷ'യെന്ന് പേരുള്ള മോഹനാംഗി
ഉറങ്ങിയ നേരം തൻ സ്വപ്നത്തിൽ
കണ്ടൊരു കോമളരൂപനാം കാമുകനെ
ആരാണാ മോഹനഗാത്രനെന്നറിയാതെ
അനുരക്തയായവൾ അവനിൽത്തന്നെ
അനുരാഗ വിവശയായ് രാപകലെണ്ണിയാ
ചേതോഹാരാംഗി മിഴിനീർ വാർത്തു
ആ കുമാരികയുടെ സഖിയായിരുന്നതി-
നിപുണയായീടുന്ന 'ചിത്രലേഖ'
സഖിയുടെ ദുഖത്തെ മാറ്റുവാനായന്ന്
അവളെ സഹായിക്കാൻ നിശ്ചയിച്ചു
അങ്ങനെയാ ചിത്രകാരിയായീടുന്ന
ചിത്രലേഖ തന്റെ തോഴിയ്ക്കായി
യക്ഷ ഗന്ധർവ്വ ദേവന്മാരുടെയെല്ലാം
ചിത്രങ്ങൾ അവളെ വരച്ചു കാട്ടി
ചിത്രങ്ങൾ കണ്ടൊരാ ഉഷ തന്റെ കാമുകൻ
'അനിരുദ്ധൻ' എന്ന് തിരിച്ചറിഞ്ഞു
അന്നവളവനെത്തന്നരികിലെത്തിയ്ക്കാനായ്
ചിത്രലേഖയെ തന്നെ നിയോഗിച്ചു
ആരാരുമറിയാതെ ആരാരും കാണാതെ
യോഗിനിയാകുമാ ചിത്രലേഖ
അനിരുദ്ധനെയന്ന് തൻ പ്രിയ സഖിയുടെ

അന്തപുരത്തിലായ് കൊണ്ടു വന്നു
മറ്റാരും കാണാതെ ഉഷ തന്റെ കാന്തനെ
കാർകൂന്തൽ കൊണ്ട് മറച്ചു വെച്ചു
അങ്ങനെയവൾ തന്റെ പ്രിയതമനോടൊപ്പം
നാളുകളേറെ വസിച്ചു പോന്നു.

27. നഷ്ടസ്വപ്നങ്ങൾ

നിന്നിൽ നിന്നെത്ര നാൾ ഓടി
അകലുമെൻ നഷ്ട സ്വപ്നങ്ങളേ
അങ്ങകലേയ്ക്കായ് ഞാൻ
നിന്നിൽ നിന്നെത്ര നാൾ ഓടി
ഒളിക്കുമെൻ വ്യർത്ഥ മോഹങ്ങളെ
ദൂരങ്ങൾ തേടി ഞാൻ
ഓർമ്മകളെന്നിൽ ലയിച്ചു
ചേർന്നീടുകിൽ എങ്ങനവയെ
അടർത്തി മാറ്റിടും ഞാൻ
പൂവിൻ ദളങ്ങളേ പുൽകിയകന്നൊരാ
വർണ്ണ ശലഭത്തെ പൂക്കൾ മറക്കുമോ
അന്നൊരു നാളിൽ നാം കണ്ടതും പിന്നെ നാം
നമ്മിലായ് നമ്മെ തിരിച്ചറിഞ്ഞെന്നതും
പലതും പറഞ്ഞതും പരിഭവം ഭാവിച്ചു
കളിയായി പല നാൾ പിണങ്ങിയിരുന്നതും
പിന്നെ ഇണങ്ങി നാം വീണ്ടുമൊന്നായതും
അകന്നു പോയീടാനാവില്ലെന്നറിഞ്ഞതും
എന്നും നാം ഒന്നായിരിക്കുമെന്നും നാം
പല കുറി തമ്മിൽ പറഞ്ഞൊരാ നാൾകളും
കാലത്തിൻ കരുണയില്ലാത്തൊരാ കൈകൾ
വന്നോരോ കിനാക്കളും തല്ലിക്കൊഴിച്ചതും
കാറ്റിൻ പ്രഹരത്താൽ വാടാതെ കൊഴിയുന്ന
പൂക്കളെപോലവ മണ്ണിൽ പതിച്ചതും

അരികിൽ നീ ഇല്ലാത്ത ഓരോ നിമിഷവും
ഓരോ യുഗങ്ങളായ് തന്നെ മാറീടുമ്പോൾ
മായ്ച്ചാലും മാഞ്ഞു പോയീടാത്തൊരായിരമായിരം
ഓർമ്മകൾ എന്നിൽ നിറയുന്നു
പനിനീർപ്പൂവെന്ന് കരുതി നാം കോർത്തത്
കടലാസു പൂവുകളായിരുന്നീടിലും
മനസ്സിലെ ചെപ്പിലായ് കാത്തു വെച്ചീടുമാ
മയിൽപ്പീലി തുണ്ടുമാ വളപ്പൊട്ടുകളും നാം

28. പഥികർ

ഇണങ്ങിയും പിണങ്ങിയും
പിന്നെയും ഇണങ്ങിയും
കാലങ്ങളായി നാം ഒന്നായിരുന്നില്ലേ ?
നീയുമീ ഞാനും കഴിഞ്ഞ ജന്മത്തിലേ
ബന്ധിതരാണെന്ന് തന്നെ നാം ഓർത്തില്ലേ
എത്രയോ വേനലും വർഷവും വന്നാലും
വേർപിരിയില്ല നാം എന്നും പറഞ്ഞില്ലേ
കൂടെയില്ലാത്തൊരു നാൾവന്നാൽപിന്നൊരു
ജീവിതമില്ലെന്ന് പോലും നിനച്ചില്ലേ
എന്നിട്ടും നമ്മളിന്നകന്ന് പോയീടുന്നു
കൂട്ടി മുട്ടാത്ത സമാന്തര രേഖപോൽ
തൂക്കുകയറാകും ശിക്ഷ വിധിച്ചൊരു
കുറ്റവാളിയ്ക്ക് തൻ സ്വപ്നങ്ങളെന്നപോൽ
ഒന്നോർത്താൽ സ്നേഹവും ബന്ധവും സ്വന്തവും
മനസെന്ന വഴിയമ്പലത്തിലെ യാത്രക്കാർ
വേർപിരിഞ്ഞകലേയ്ക്ക് പോകും മുൻപൊരു നാളിൽ
മാത്രമായ് കണ്ടുമുട്ടീടും പഥികർ നാം

29. കാലചക്രം

നിമിഷങ്ങളേ നിങ്ങൾ ദിനങ്ങളായീടുന്നു
ദിനങ്ങളോ മാസങ്ങളായിടുന്നു
മാസങ്ങൾ വർഷങ്ങളായി മാറീടുന്നു
കാലത്തിൻ ചക്രം തിരിഞ്ഞിടുന്നു
വർഷം വസന്തമായ് ഗ്രീഷ്മവും
ശിശിരവും ഹേമന്തകാലവും വന്ന നേരം
ശൈശവം ബാല്യമായ് കൗമാരകാലമായ്
യൗവ്വനമായ് പിന്നെ വാർദ്ധക്ക്യവും
ഒരു മാത്ര പോലും നിലയ്ക്കാത്ത കാലമേ
എങ്ങോട്ടേയ്ക്കാണ് നിൻ ജൈത്രയാത്ര
നിൻ ശകടത്തിന്റെ ചക്രം ഉരുളുമ്പോൾ
ലോകമേ മാറി മറിഞ്ഞിടുന്നു
നിന്റെയൊപ്പം വരാനായിന്ന് ഞങ്ങളോ
ഏറെയേറെ പണിപ്പെട്ടിടുന്നു
ചിലരയ്യോ മുടന്തി നടക്കുന്നു പിന്നെയോ
ചിലരതാ വീണു പോയീടുന്നല്ലോ
എങ്കിലും കാലമേ നീയതിനൊന്നും
വില നൽകാതെന്തേ അകന്നീടുന്നു
പ്രിയമുള്ളതെല്ലാം കവർന്നെടുത്തും കൊണ്ട്
നീയെന്തേ ഓടി മറഞ്ഞിടുന്നു
ഒരു നിമിഷം തരൂ ഞങ്ങൾക്കൊരിത്തിരി
പുറകിലേക്കൊന്ന് പോയ് വന്നീടുവാൻ
അറിയാതെ ചെയ്തോരാ

തെറ്റുകളെല്ലാം തിരുത്തി ശരികളായ് മാറ്റീടുവാൻ
കാലത്തിൻ ചക്രം തിരിയുമ്പോൾ
ദുഃഖവും സന്തോഷവും മാറി വന്നീടുന്നു
അമരത്വമാർന്നൊരാ കാലമേ നീ തന്നെ
ലോകത്തിൻ സാക്ഷിയും ആധാരവും

30. ഓർമ്മകൾ

ഓർമ്മകളേ നിങ്ങൾ മാന്ത്രികരോ
അതോ പറക്കാൻ ചിറകുള്ള പറവകളോ
എൻ കഴിഞ്ഞ കാലങ്ങൾക്ക് ജീവൻ തരും നിങ്ങൾ
വീണ്ടുമെൻ കൺമുന്നിൽ കാട്ടിത്തരും
മൃതവികാരങ്ങൾക്ക് പുനർജ്ജന്മം നൽകുവാൻ
നിങ്ങൾക്ക് മാത്രം കഴിയുന്നീ ഭൂമിയിൽ
ഞാനൊന്ന് തിരിഞ്ഞു നോക്കീടുമ്പോൾ
നിങ്ങളൊരായിരം കഥകളും കവിതയും ചൊല്ലുന്നു
ചില നേരം നിങ്ങൾ കരയിക്കുന്നൂ എന്നേ
ചില നേരത്തോ എന്നേ ചിരിപ്പിച്ചീടുന്നല്ലോ
ചില നേരം മൂക വിഷാദത്തിലാഴ്ത്തിയൊരേകാന്ത
ദ്വീപതിൽ കൊണ്ട് ചെന്നാക്കുന്നു
പല പല മുഖങ്ങളേ കാണിക്കുന്നു നിങ്ങൾ
പല പല ഹൃദയത്തിൻ അന്തരം ചികയുന്നു
ആ ഹൃദയങ്ങൾ തൻ ഉള്ളറയിൽ നിന്നും
രത്നവും ചിപ്പിയും മുത്തും തിരയുന്നു
മനസ്സിൽ ഒരായിരം അവ്യക്ത ചിത്രങ്ങൾ
എഴുതുന്നു നീ നിന്റെ തെളിയാത്ത പേനയാൽ
മഷി വറ്റിപ്പോയൊരാ തൂലികത്തുമ്പാൽ നീ
കോറിയിടുന്നെത്ര നിറമില്ലാ രൂപങ്ങൾ

31. പാർവണചന്ദ്രിക

പാർവണചന്ദ്രിക ആമ്പലിൻ ചാരെയായ്
വന്നണയാനിത്ര വൈകിയതെന്തേ
നെറ്റിയിൽ ചന്ദനക്കുറി വരയ്ക്കാഞ്ഞിട്ടോ
വൈഡൂര്യ മാലകൾ പോരാഞ്ഞിട്ടോ
പ്രിയതമൻ വന്നു വിളിച്ചുണർത്താതിന്നീ
ആമ്പലിൻ ഇതളുകൾ വിടരുവതെങ്ങനെ
മിഴിയിണ മെല്ലെ തുറന്നു നോക്കുമ്പോഴാ
കതിരൊളി വന്നു തലോടുവതെങ്ങനെ
പരിഭവിച്ചിതളുകൾ കൂമ്പി
നിന്നോരാമ്പൽ പെണ്ണിന്റെ
ചുണ്ടിത്ര ചുവന്നതിന്നെങ്ങനെ
അവൻ വന്നാ കണ്ണുകൾ പൊത്തിയാ
കവിളിങ്കൽ ചുംബനപ്പൂക്കളാൽ
കളം വരച്ചതിനാലോ

32. നമ്മൾ

കണ്ടു മുട്ടിയ നാൾ മുതൽ
നമ്മൾ തമ്മിൽ തമ്മിലടുത്തതും
പിന്നെയുള്ള ദിനങ്ങളോരോന്നും
വർണ്ണ ശബളിമയാർന്നതും
പകലുകൾ നിന്റെ പ്രണയസാഗര
തിരകളിൽ ഞാനലിഞ്ഞതും
രാവുകൾ തോറുമെന്നിൽ നീയൊരു
സ്വപ്നമായി വിടർന്നതും
ദിനങ്ങളോരോന്നും പോകെ
നമ്മിലൊരാത്മബന്ധം വളർന്നതും
പിണക്കവും പിന്നെയിണക്കവും പിന്നെ
കാത്തിരിപ്പും വിരഹവും
എല്ലാം കൂടി കലർന്ന് ജീവിതം
അർത്ഥപൂർണ്ണമായി തീർന്നതും
പിണങ്ങുവാനായി 'രേണുക 'യിലെ
വരികൾ നീ കടം കൊണ്ടതും
പിന്നെ നമ്മളിണങ്ങും നേരത്ത്
പുതുവസന്തം തളിർത്തതും
എങ്ങനെ നമ്മളിത്ര കാലം
അകന്നിരുന്നുവെന്നോർത്തതും
തമ്മിൽ തമ്മിൽ അലിഞ്ഞു ചേർന്നു നാം
നമ്മേത്തന്നെ മറന്നതും
കൂടെയില്ലാത്ത നേരം കൺകളിൽ

അശ്രു വന്നു നിറഞ്ഞതും
പിരിയുവാനാവില്ലൊരു നാളും
എന്ന് നമ്മളങ്ങനറിഞ്ഞതും
'നീയില്ലാതെ ഞാനില്ല ' എന്നൊരു
നൂറു വട്ടം പറഞ്ഞതും
മരണനാൾ വരെ കൂടെയുണ്ടെന്ന്
തമ്മിൽ തമ്മിൽ മൊഴിഞ്ഞതും
പൂർവ്വജന്മത്തെ ബന്ധമാവാമീ
ആത്മബന്ധത്തിൻ കാരണം
മറക്കുവാവതല്ലൊരു നാളും
നമുക്കീ പ്രണയത്തിൻ പൂർണ്ണിമ
മരണനേരത്തും നിന്റെയോർമ്മകൾ
എന്നിൽ വന്നു നിറയണം
മരിച്ചു മണ്ണിലേക്കലിഞ്ഞു ചേർന്നാലും
പുനർജനിക്കും നാമൊന്നാകാൻ
വരുന്ന ജന്മവും നമുക്ക്
രണ്ടിണക്കിളികളായി ജനിക്കുവാൻ

33. പ്രഭാതം

തുഷാരമുത്തുകൾ തിരുമുടിയിൽ ചാർത്തി
ഒരുങ്ങി വരുന്നൊരു പ്രഭാതമേ
പനിനീർ ചോലയിൽ നീരാടി വന്നുവോ നീ
പൂനിലാപ്പുടവയും ഉടുത്തു വന്നോ
സുപ്രഭാതത്തിൻ ശീലുകൾ മുഴങ്ങുന്ന
പഴയൊരാ കോവിലിൻ തിരുമുറ്റത്തോ
കിളികളും കുരുവിയും തുയിലുണർത്തീടുമാ
ഭഗവതിക്കുന്നിൻ ചെരുവിൽ നിന്നോ
എവിടുന്നാണെവിടുന്നാണണഞ്ഞത് നീയെന്റെ
മനസ്സാകും ശ്രീകോവിൽ നടയിൽ നിന്നോ
സരസ്വതീ യാമത്തിൽ ഉണർന്നുവോ
നീ ഇന്ന് നിർമ്മാല്യദർശനം കണ്ടുവോ
കൈകളിലേന്തിയ തളികയിൽ നിന്നൊരു
പൂജാമലരിതൾ എനിക്ക് തരൂ
ഒരു പൂജാമലരിതൾ എനിക്ക് തരൂ
പുതിയൊരു പ്രതീക്ഷതൻ ഉണർത്തു പാട്ടുമായിന്ന്
അരുണകിരണങ്ങളാം പൊന്നിൻ പ്രഭയാലേ
മന്ദമന്ദമായെന്റെ അരികിൽ വന്നെന്നെ നീ ചുംബിച്ചു
ചുംബിച്ചുണർത്തീടുമോ നെറ്റിയിൽ
ചുംബിച്ചു ചുംബിച്ചുണർത്തീടുമോ

34. ഒരിക്കൽ കൂടി

അനവദ്യ പ്രണയമേ നീയൊന്ന് കൂടിയെൻ
ചാരത്ത് വന്നൊന്ന് പുൽകീടുമോ ഒരു നാളിൽ
നീയെനിക്കേകിയോരനുരാഗപൂർണ്ണിമ
വീണ്ടും പകർന്നു തരൂ
എന്നേ വിരഹാഗ്നി തന്നിലേയ്ക്കാഴ്ത്തിയിട്ടന്ന്
നീ പോയി മറഞ്ഞെന്നാലും കാലത്തിൻ കൈകൾക്കും
മായ്ക്കുവാനാകുമോ നാം പങ്ക് വച്ചോരനുഭൂതികൾ
നിന്നേ തഴുകി വരുന്നോരാ തെന്നൽ നിൻ
വിരഹാർദ്ര നൊമ്പരം ചൊല്ലിടുമ്പോൾ
ഞാനുമീ ഏകാന്തതയിൽ നിന്നോർമ്മയിൽ
കണ്ണുനീർ തുള്ളികൾ വാർത്തിടുന്നു
നമുക്കായ് ഒരിക്കലും കൂടി തളിർക്കുവാൻ
ഇനിയുമാ വസന്തങ്ങൾ ബാക്കിയില്ലേ
നമുക്കായി രാവതിൽ പൂനിലാവൊരുക്കുവാൻ
ഇനിയുമാ പൗർണമി തിങ്കളില്ലേ
നമുക്കായി ഒരു രാഗമാലിക തീർക്കുവാൻ
ഇനിയുമാരാമത്തിൽ പൂക്കളില്ലേ
ഇനിയുമാ മനസ്സാകും പൂമണി മഞ്ചത്തിൽ
എനിക്കായിക്കൂടി ഇടം തരില്ലേ
കാണാൻ കൊതിച്ചു ഞാൻ കാത്തിരുന്നോരെ നാൾ
നീയൊരു നാളിലും വന്നതില്ലാ
ഒരു രാവിലെൻ ചാരെ വന്നണഞ്ഞീടുമോ
ഒരു സ്വപ്നമായെനിക്കോമനിക്കാൻ

35. മായാത്ത സൂര്യൻ

മൂവന്തി നേരത്ത് ചോന്ന് തുടുത്തൊരു
പൊൻകിണ്ണം പോലെ മറഞ്ഞു പോകും
ദിനകരൻ തന്നുടെ ചൂടും വെളിച്ചവും
പൊന്നിൻ പ്രഭയുമങ്ങെവിടെ പോണു
സാഗരകന്യയെ പരിണയിച്ചവളുടെ
നെറ്റിയിൽ സിന്ദൂരം ചാർത്തിയെന്നും
അവളിലേയ്ക്കാഴ്ന്നങ്ങുറങ്ങുന്നതോ അതോ
നീരാട്ടിനെങ്ങാനും പോകുന്നതോ
കാത്തിരുന്നീടും പ്രിയതമയാകുമാ
ആഴിയെ വാരിപ്പുണർന്നിടാനോ
രാഗ വിവശനായ് നീയോടിയണയുന്നാ
തിരമാലക്കൈകെളിൽ വീണുറങ്ങാൻ
എങ്കിലും നേരം പുലരുന്നതിൻ മുൻപേ വീണ്ടും
നീയോടി വരുന്നതെന്തേ
ആരെയോ കണി കാണാനായി വരുന്നോ
നിൻ അനുരാഗ ചന്ദനം ചാർത്തിക്കാനോ
താമരപ്പെണ്ണിനെ ഉമ്മവെച്ചുമ്മവെച്ചവളെ
തഴുകിയുണർത്താനാണോ
നിൻ പേര് ചേർത്ത് തൻ പേരിട്ടൊരാ
സൂര്യകാന്തി തൻ കവിളത്തു നുള്ളിടാനോ
നിന്റെയീ കാമിനിമാരിൽ നിനക്കേറ്റമിഷ്ടമാരെ
എന്ന് ചൊല്ലുമോ നീ
നീലക്കടലിന്റെ ചാരുതയോ അതോ

നീലാംബു ജത്തിന്റെ സൗന്ദര്യമോ
പുലരി മുതൽക്കന്തിനേരം വരേയ്ക്കും നിൻ
കിരണങ്ങൾ വേദന നൽകിയാലും
വാടാതെ കൊഴിയാതെ നിനക്കായി വിടരുമാ
സൂര്യകാന്തിപ്പെണ്ണിൻ താരുണ്യമോ
രാവിലെ ഒരു കുഞ്ഞു പൈതലിനെ പോലെ
പുഞ്ചിരി തൂകി വരുന്ന നീയോ
ഉച്ചയാകും നേരം യൗവ്വനയുക്തനായ്
കത്തി ജ്വലിച്ചങ്ങു നിന്നിടുന്നു
എങ്കിലും നിന്നുടെ യൗവ്വനകാലവും
അൽപ്പകാലത്തേയ്ക്ക് മാത്രമല്ലോ
ഉച്ച തിരിയുമ്പോൾ വൃദ്ധനാകുന്ന നീ
വിശ്രമത്തിന്നായോ പോയീടുന്നു
നീ വരും നേരത്തുണരുന്നു ലോകവും നീ
പകർന്നീടും വെളിച്ചത്തിനാൽ
നീ മറഞ്ഞീടുമ്പോഴാ വിളക്കണയുന്നു
ലോകമിരുട്ടിലേയ്ക്കാണ്ടിടുന്നു

36. സുന്ദരി

നീരാട്ട് കഴിഞ്ഞീറൻ മുടിയുമായി
കണ്ണുമെഴുതി കുറിയണിഞ്ഞ്
കൈകളിൽ കുപ്പിവളകളിട്ട പെണ്ണേ
നീയാരാണ് മോഹിനിയോ
ചന്തമെഴുന്നൊരാ പട്ടുചേല
ദാവണിയായി ഞൊറിഞ്ഞുടുത്ത്
പൂക്കളിറുക്കുന്ന സുന്ദരി നീ
ദേവിയോ അപ്സര കന്യകയോ
പൂക്കളിറുത്തു നീ കോർത്തിടുമാ രാഗ
മാലിക ആർക്കാണ് ചൊല്ലുമോ നീ
കാർകൂന്തൽ തന്നിലായ് ചൂടുവാനോ
കോവിലിൽ പൂജയ്ക്കായ് നൽകുവാനോ
മാനസക്കോവിലിൽ ആരുമാരും
കാണാതെ നീ വെച്ചു പൂജിക്കുമാ
കാമുക ദേവന് കാണിക്കയായ്
അർപ്പിക്കുവാനായി മാത്രമാണോ
ചോന്ന നിറത്തിൽ ഇതളുകളായ്
ഭംഗിയിൽ പൂത്തു വിരാജിച്ചിടും
വാക തൻ പൂക്കളെ ഓർമ്മിപ്പിക്കും
രാജമല്ലീ നീയും ഭാഗ്യവതി
പൂമരച്ചില്ലകൾ പോലുമിന്ന്
സുന്ദരീ നിന്നുടെ സ്പർശനത്താൽ
ഹർഷ പുളകിതരായ് നിനക്കാ

പൂക്കൾ പൊഴിച്ചിട്ട് തന്നു പോകും
നിന്നേ തലോടി കടന്നു പോകും
പൂന്തെന്നൽ പോലും നിൻ ലാവണ്യത്തിൽ
മയങ്ങി നിൻ സൗന്ദര്യപൂരത്തിനെ
വർണ്ണിച്ചു വർണ്ണിച്ചു പാടിടുന്നു

37. മുകിലിനോടായ്

വാർമുകിലേ നിൻ മനസ്സിലും
ഇന്ന് മൗന നൊമ്പരമോ
ശോകമൂകയായ് നീയിന്നും
വിതുമ്പാനൊരുങ്ങി നിൽക്കുകയോ
മാനത്തുള്ളൊരാ മാളികയിലിരുന്നു നീ
മാരിവിൽമാല കോരുത്തീടുമോ
താഴത്തുള്ളൊരെൻ മാരനെയണിയിക്കാൻ
മണിമാലയെനിക്കൊന്നു തന്നീടുമോ
നിറകുടമൊന്നാ നിറുകയിലേന്തി നീ
താഴത്തേയ്ക്കായ് അണയുമ്പോൾ
തണ്ണീർ കുടമത് തുളുമ്പിയതാണോ
നിൻ മിഴിനീരോ പൊഴിയുന്നു

38. "അമ്മ" എന്ന പുണ്യം

ജന്മമേകുന്നൊരു ദേവതയും നീയേ
വാത്സല്യഭാവത്തിൻ ഉറവിടവും
സ്നേഹത്തിൻ മൂർത്തിമത്ഭാവവും നീയല്ലോ
"ജനനി" എന്നല്ലോ നിൻ ദിവ്യ നാമം
നിൻ കടാക്ഷങ്ങൾ കരുണ തൻ കാതലാം
നിൻ ത്യാഗഭാവം മഹത്തരമാം
മക്കൾ തൻ ഏതൊരു തെറ്റും ക്ഷമിച്ചീടും
നിൻ മനസ്സാകുന്ന കോടതിയിൽ
"അമ്മ" എന്നുള്ളൊരു വാക്ക് തന്നെയെന്നും
സ്നേഹത്തിൻ പര്യായ ഭാവമല്ലോ
അമ്മയോടുള്ള കടം വീട്ടുവാൻ ഒരു
മക്കളാലും സാധ്യമാവുകില്ല
അമ്മയുള്ളോരു കാലം വരേയ്ക്കും മക്കൾ
എന്നുമാ ഹൃദയത്തിൽ പൈതങ്ങളാം
"അമ്മേ" എന്നുള്ളൊരു വിളിയിലലിയാത്ത
മാതൃ ഹൃദയമൊന്നുണ്ടോ പാരിൽ
മക്കൾക്കീ ഭൂവിതിൽ കിട്ടിയൊരേറ്റവും
മൂല്യമേറീടുന്ന സമ്മാനവും
സംരക്ഷണത്തിനായുള്ള കവചവും
അമ്മയാകും ജന്മപുണ്യം മാത്രം

39. താലി

എൻ സഖീ ഞാൻ നിൻ കഴുത്തിലായ് ചാർത്തുന്നു
എന്നും പവിത്രമാകുന്നോരീ പൊൻ താലി
എൻ ജീവിതത്തിന്റെ പാതിയായ് തീർന്നിടാൻ
എൻ ജീവിതത്തിൻ വെളിച്ചമായ് മാറിടാൻ
എൻ പ്രേമപുഷ്പമായ് നീയെന്നുമെൻ
മനോവാടിയിൽ വാടാതെ ചിരിതൂകി നിൽക്കണം
നീ തരും പൊന്നല്ല വേണ്ടത് പൊന്നെ നിൻ
കനക സദൃശ്യമാകുന്നൊരീ മാനസം
ഇനിയുള്ള ജീവിതയാത്രയിലുടനീളം
ഇണ പിരിയാതെന്റെ തോഴിയായ് വാഴണം
നിന്റെയിഷ്ടങ്ങളും എന്റെയിഷ്ടങ്ങളും
ഒന്നിച്ചിഴ ചേർത്ത് നെയ്തെടുത്തീടണം
ഇനി നമുക്കൊരുമിച്ചു ചേർന്ന് നമുക്കായി
ഒരു കൊച്ചു പ്രണയ സാമ്രാജ്യവും തീർത്തിടാം
ഇനി വരും വേനലിൽ തണലായി മാറിടാം
ഇനി വരും വർഷത്തിൽ ഒന്നായ് നനഞ്ഞിടാം
ഇനി നിന്റെ ദുഖവും സന്തോഷവുമെല്ലാം എന്നാളിലും
എന്റെതായ് തന്നെ മാറ്റിടാം പറഞ്ഞാലും പറഞ്ഞാലും
തീരാത്തൊരായിരമായിരം സ്നേഹത്തിൻ
കഥകൾ പറഞ്ഞിടാം നവമൊരു
ജീവിതകാവ്യം ചമച്ചീടാം, താങ്ങായി തണലായി
കൂടെയുണ്ടായിടാം ദാമ്പത്യ വല്ലരി എന്നും
തളിർത്ത് നിന്നിടുവാൻ വെള്ളവും വളവുമങ്ങേകിടാം

40. നദിയുടെ ജന്മം

കള കളം പാടുന്ന കുഞ്ഞലകൈക്കെകളും
പൊട്ടിച്ചിരിക്കും പൊന്നോളങ്ങളും
ലാസ്യ മനോഹരിയായിട്ടൊഴുകുമാ
നദിയായി ഞാനൊന്ന് പിറന്നുവെങ്കിൽ
ആരിലുമൊന്നിലും തങ്ങി നിന്നീടാതെ
ആരിലും ആശ്രയം കണ്ടിടാതെ
വെള്ളിചിലങ്ക തൻ മണികൾ കിലുക്കി
കുണുങ്ങിയൊഴുകുമാ നദിയായെങ്കിൽ
മൂകം വിതുമ്പാതെ കരയാതെ തേങ്ങാതെ
നിശ്ചലം മൗനമായ് നിന്നിടാതെ
പൊട്ടിച്ചിരിച്ചങ്ങൊഴുകി അകലുമാ
നദിയായി ഞാനൊന്ന് പിറന്നുവെങ്കിൽ
ഒരു നാളും ഉന്നതി കണ്ടു കൊതിക്കാത്ത
താഴ്മയെ വാരിപ്പുണർന്നിടുന്ന
അലസമായ് മന്ദഗമനമാർന്നീടുമാ
നദിയായി ഞാനൊന്ന് മാറിയെങ്കിൽ
ഏതെല്ലാം നാട്ടിലൂടൊഴുകിയെന്നാകിലും
എത്ര വർഗ്ഗ വർണ്ണ വൈവിദ്ധ്യമെന്നാലും
സ്നേഹത്തിനൊരു നാളും അതിരു കൽപ്പിക്കാത്ത
നദിയായി തന്നെ ഞാൻ പിറന്നുവെങ്കിൽ
കല്ലൊന്നെറിഞ്ഞാലും പൂക്കളെറിഞ്ഞാലും
എത്ര ആശുദ്ധമായ് മാറ്റിയാലും
ഏതിനെയും തുല്യ ഭാവേന കാണുന്ന

നദിയായ് ഞാനൊന്ന് മാറിയെങ്കിൽ
ഒരു നാടും ഒരു വീടും സ്വന്തമായില്ലേലും
പല പല നാടുകൾ കണ്ടിടുന്ന
പല പല ദേശക്കാർ മക്കളായുള്ളൊരു
നദിയായി തന്നെ ഞാൻ പിറന്നുവെങ്കിൽ
ഒഴുകി അങ്ങകലും വഴികളിലെല്ലാർക്കും
ദാഹജലത്തെ പകർന്നു നൽകി
കുളിർമ്മയും സ്നേഹവും പകർന്നു
നൽകീടുന്ന നദിയായി മാറാൻ കഴിഞ്ഞുവെങ്കിൽ